आजचे रामायण

प्रफुल भिसे

ISBN 979-888530545-7

अनुक्रमणिका

अनुक्रमणिका

अनुक्रमणिका

1

आजचे रामायण १

दिनेश प्रभू
एक यशस्वी मराठी उद्योजक.
Chairman, MD of "शरयू Dyes & paints"
१००० कोटींची वार्षिक उलाढाल.
Established Brand

"शुन्यातून विश्व निर्मिती"
हे वारंवार बोलले जाणारे लिहीले जाणारे शब्द.
fb, youtube ,whats app सर्वत्र हे नाव वारंवार दिसते.
TV वर शरयु पेंट्स कायम दिसते.
"घर खुलते शरयु मुळे"
"शरयु आली घरा, तोची दिवाळी दसरा"
हे आपण TV वर नेहमी बघता ना ?
तेच हे शरयू चे मालक.
सर्व राजकारणी ,नट , खेळाडू, उद्योजक, सरकारी अधिकारी यांचा इथे राबता !
पण इथवरचा प्रवास सोपा नव्हता.

दिनेशचे बाबा पतपेढीवर काम करीत
पगार तुटपुंजा ! ३ मुले !
चाळीतले जीवन ! प्रचंड आर्थिक ओढाताण !
पण दिनेश मुळातच हुषार !
शिष्यवृत्या मिळवत B,Sc, with distinction झाल्यावर "Paint and dyes" यात M.Sc.Tech केले .
बाबुलाल गुप्ता यांच्या अगदी Small industry मधे नोकरी केली .
इथे Production, Development, Research , Marketing सर्वच हाताळले !
मालक याच्या कामावर इतका खूष की partnership , घर , गाडी सर्व दिले
पण अचानक गुप्ताजी वारले नी त्यांच्या मुलांमधे मालमत्ते वरून वाद भांडणे सुरू झाली.
याचा परिणाम कारखान्यावर होऊन काम बंद पडले.
दिनेशला याची कल्पना होतीच.
एक छोटा १५० चौ फुटाचा गाळा जमवलेल्या पैशातून घेऊन तुटपुंज्या साधन सामग्रीवर paint बनवू लागला.
Boiler घेणे शक्य नव्हते तर चक्क लाकडाची चूल.
Reactor साठी पैसे नाहीत तर साधे Drum वापरायचे.
महिना काठी एक दिड टन माल बनवून स्वस्त्यात विके
तरी महीना काठी ५-६००० रु सुटत. ८० साली ही रक्कम पण कमी नव्हती.
मालाला मागणी येऊ लागली, गाळा , यंत्रे अपुरी पडू लागली
पाताळगंगा midc मधे अल्प किमतीत मोठा plot मिळाला
दोन वर्षाचा ताळेबंद पाहून लघु उद्योग योजने अंतर्गत SIICOM कडून मोठे कर्ज अल्प व्याजदरात मिळाले.
सहा महिन्यात सर्व project पूर्ण करून उत्पादन सुरू झाले व "शरयू" उंच झोके घेऊ लागली !
आता उत्पादन वाढले, उलाढाल वाढली , कर्मचारी वाढले व हळू हळू

शरयू हे नाव सर्वत्र पसरत चालले .
दिनेशला आता बर्यापैकी आर्थिक सुबत्ता आली.
त्याने याचा वाटा त्याच्या इमानी कर्मचार्याना सुद्धा दिला
"शरयू " केवळ उद्योग नव्हता तर "कुटुंब" झाले
दिनेश सर देवमाणूस हीच भावना कर्मचार्यांची
"शरयू" म्हणजे "Quality" ही भावना ग्राहकांची
" शरयू" मधील कामाचे कंत्राट म्हणजे ठरल्यावेळी व योग्य मोबदला ही कंत्राटदारांची खात्री.
"शरयू" सर्व कायद्यांची पूर्तता करणारी ही सरकारी आधिकार्यांना खात्री

तरी अजून दिनेशचे समाधान नव्हते
वार्षिक उलाढाल काही ५-६ कोटींपर्यंतच होती
मार्केट leader MNC कंपन्या होत्या
त्यांचे paints dies शरयूच्या चौपट किमतीला विकले जात होते.
भारतात त्या कंपन्यांचाच बोलबाला
शरयूला भरपूर orders मिळत पण ग्राहक छोटे लोकच असत, ज्यांची गरज १००० लिटर्स पेक्षा कमी असे.
आपल्या देशातले लोक भरघोस भाव देऊन परदेशाची धन करतात हे दिनेशला सदैव खटके
"Lidiya Paints " यात अग्रगण्य
जवळ जवळ ६० टक्के मार्केट त्यांचे
दिनेश चा market share तर १ टक्का पण नव्हता
आणि मग तो कलाटणि देणारा प्रसंग आला ....

2

आजचे रामायण २

"Lidiya paints" ने All India basis वर एक भला मोठा दोन दिवसाचा seminar arrange केला होता. विषय होता

Latest Trends, techniques and Challenges in Paint Industry

Participation ऐच्छिक होते.

दिनेशला आमंत्रण होतेच .पण त्याला
Safety and environment problems and their solutions
या विषयावर presentation द्यायचे होते.
दुसर्या दिवशी सकाळी १० ते ११ हा वेळ त्याला दिला गेला.

भारतातलेच नव्हे तर पुर्या आशिया खंडातले बरेच paint technologist या सेमिनारला आले होते

दिनेशने पूर्ण Hazop म्हणजे या industry त उत्पादन करताना अपघात वा कठीण परिस्थिती कधी येऊ शकते व ती टाळण्यासाठी काय

करावे हे सादर केले.
तसेच उत्पादन करताना जे प्रदुषण होते व घन कचरा पण खूप तयार होतो तो कसा निस्तरावा याचे सुंदर उपाय सुचवले होते .
शुन्य अपघात व शुन्य प्रदुषण हे कमीत कमी खर्चात कसे साध्य होईल ते उपाय त्याने सुचवले

त्याचे हे व्याख्यान व मांडणी खूपच गाजली !
सर्वांनाच हे उपाय आवडले
हा विषयच खूप संवेदनशील.
उत्सुकतेने प्रश्नावर प्रश्न , आधिक व विस्ताराने माहितीची मागणी , काही भाग उपस्थितांना परत परत पहायचे होते

बाकीचे व्याख्याते बाजुला सारून दिनेशालाच जेवणाच्या वेळेपर्यत स्टेज देण्यात आले

सगळ्यांनी दिनेशचे कौतुक केले.अभिनंदनाचा वर्षाव.

स्वतः chairman of "Lidiya paints" जे U.S. मधून खास आले होते त्यांनी आपल्या जवळ जेवताना दिनेशला बसवले

चक्क U.S.ला हवे त्या पगारावर join व्हायची offer दिली.

दिनेशला इंग्रजीत म्हणाले

"कुठले फडतूस paint इथे बनवत बसलायस.
आम्हाला join हो
आमचे Quality Paints विक .
आणी आमचे प्रदुषण चे प्रश्न पण सोडव "

" माफ करा सर, तुमचे Paint चांगले आहेत पण ते एका लिटरला

जेमतेम ६० चौ फूट cover करतात . निदान १०० चौ फुट cover व्हायला पाहिजेत
दुसरे म्हणजे त्यांची किंमत !
खूप महाग
त्यामुळे painting चा खर्च खूप वाढतो !
या साठी काही केले पाहिजे .
मी भारतात राहून मदत करीन "

हे ऐकल्यावर Chairman गिल्बर्ट भडकलेच

" You bloody Indian !
तू कोण आमच्या paint मधे दोष काढणार !
आमचे paint ५ वर्षा पेक्षा जास्त टिकतात .
तुमचे सहा महिन्या उडून जातात
लोक आमच्या quality ला पैसे मोजतात
ही आमची Technology आहे !
आमची विद्‌वत्ता !
तुम्हा फडतूस लोकांना हे जमणार नाही "

जेवण तसेच टाकुन दिनेश अपमान सहन न होऊन घरी आला !

“फडतूस नी bloody Indian !
देशाची नी आमची इतकी अवहेलना ! सर्वांसमक्ष ! यांना धडा शिकवायलाच हवा “

दुसर्या त्याच दिवसापासून तो प्रयोग शाळेत जाऊन स्वतः प्रयोग करु लागला !

गरज होती भारतातला तो बनवत असलेल्या paint च्या molecule मधे काही structural change करण्याची

भारतात बनत असलेले paints उन्हामधे तापले की थोडे थोडे असे उडून जात (evaporation) व काही दिवसात पोपडे पडून आतले metal दिसू लागे
गरज होती चांगल्या binder ची जो हे उडून जाणे थांबवेल व तीथेच Lidiya भारी होती

तपमान, pressure, catalyst , Reaction solvent, yield खूप problems वर काम करायचे होते
Staff पण त्याला सर्वतोपरी मदत करत होता.

चार महिने लागले मना सारखे result यायला,

असा binder मिळाला जो रंग पकडून ठेवेलच पण area पण एका लिटरला १०० चौ फुटापेक्षा जास्त cover करेल

हे एक मोठे trade secret दिनेशने तयार केले.

हे Result त्याने तीन वेगवेगळ्या testing lab कडून check केले

आता वेळ होते Lidiya च्या dealers ना गाठण्याची

त्याने ऐकेकाला गाठून भरपूर samples दिले.

lidiya च्या quality चा अस्सल भारतीय paint .
जो वर्षा नु वर्षे टिकेल
उडून जाणार नाही
किंमत Lidiya च्या पावपट
व एका लिटर मधे १०० चौ फुट कोट होण्याची खात्री.

Dealers ना Lidiya कडून भरपूर commission मिळे

त्यांचे नुकसान झाले असते
याने त्यासाठी विक्रीची कींमत MRP जरा वाढवली
तरी ती Lidiya च्या एक तृतियांश (one third) होती

Dealers तयार झाले
पण त्यांना लगेच भरपूर माल हवा होता .
जे आताच्या set up च्या आवाक्या बाहेर होते
पण आता संधी सोडून चालणार नव्हते.
दिनेशने मग बंद पडलेल्या काही paint कंपन्या शोधल्या व तीथे भाडे तत्वावर उत्पादन सुरू केले.

लिडीया ला चांगलाच दणका बसला

"शरयू" भारतातली leader paint कंपनी बनली

जिद्द, सृजनशिलता, धाडस, मेहनत या सर्वाचा हा परिपाक होता

हे झाले दिनेशचे कार्यजीवन

आता वैयक्तिक जीवन पण बघुया न

आपण आत्ता पर्यंत कामच पाहिले व ते जे जरा क्लिष्टच होते

आता बाकीचे पाहू.

3

आजचे रामायण ३

अजित व इंदुमती चेंबुरला रहात
अजित पतपेढीवर काम करे
पगार तुटपुंजा
जोड मिळकत म्हणून इंदुमती पापड लोणचे वगैरे बनवून वीके
मुले हुशार व सुंदर होती

मोठा दिलीप ला electronics चे खूप आकर्षण
त्यावेळचे ११ वी SSC झाल्यावर त्याने Electronics चा diploma केला
व पुण्याला त्याला नोकरी मिळाली
तीथेच त्याला अर्चना भेटली जी त्याच्या बरोबर काम करत होती
लग्न करून तो पुण्यात स्थायिक झाला व सुखात आहे

धाकटी दिपा खूप सुंदर !
अभ्यासात साधारण !
पण कॉलेजच्या दुसर्या वर्षातच तीला एका डॉक्टर मुला कडून मागणी
आली व आनंदाने सगळा खर्च करून त्याने तिच्याशी लग्न केले
आता पालघर ला त्यांचे सुसज्ज हॉस्पिटल आहे व ती पण सुखात आहे

मधला दिनेश वेगळाच !
हुशार व उद्योगी
स्वतःच्या हिमतीवर शिकला
बाबुलाल गुप्तांकडे १२-१६ तास काम केले
घर गाडी घेतली
पण नंतर नोकरी सुटली व एक गाळा घेऊन स्वतंत्र उद्योग करू लागला
जम बसे पर्यत तीशीला आला पण लग्नाचे नाव काढेना
अजित इंदुमती आता त्याचीच वाट बघत होते
पुण्याई मोठी म्हणून सगळी मुले चांगली झाली

दिनेशला खूप मुली सांगून येत .पण पठ्ठ्या दादच देत नव्हता . सगळे लक्ष कामात .

एकदा पाताळगंगा कारखान्याची उभारणी होत असताना त्याला site वर फोन आला
" आपण दिनेश प्रभूच ना ? शर्वरी पेंटचे director ?"
"होय "
" मी काव्या चौबळ बोलतेय ! मराठी उद्योजकांसमोरील आव्हाने व प्रगती या विषायावर प्रबंध लिहीतेय..... त्यासाठी आपली मुलाखत हवी होती. वेळ मिळेल का ?"

आता प्रबंध लिहीणार्या मुलीला नाही कसे म्हणणार

" हे पहा मी अगदी छोटा उद्योजक आहे ! धडपडतोय ! अजून यशस्वी वगैरे नाही !"
"अहो हाच तर माझा विषय आहे ! तुमची धडपड खटपट हे सर्वच मला खूप उपयोगी आहे . आणि मी भेटल्यावर कदाचित तुम्हाला काही मदत पण करू शकेन..... Please...... द्या न मला वेळ ."
" ठीक आहे. शुक्रवारी power नसल्या मुळे काम बंद असते. मी घरीच

असतो. तेव्हा त्या दिवशी तुम्ही सांगाल तीथे भेटू "
"मला शक्यतो तुम्हाला कामाच्या जागी भेटणे आवडेल .कारखान्याचे फोटो काढता येतील,"
" पण कारखान्याचे अजून बांधकाम चाललय. तात्पुरता मी एक रुम बांधलेय तीथे काम करतोय"
"हे फार उत्तम ! मला असेच फोटो हवेत ."
"मग या तर या शुक्रवारी ११ वाजता "
"Sure Sir ! Thanks a lot for giving appointment"

शुक्रवारी Power नसली तरी खोदाई, वीट काम, plaster वगैरे कामे चालू असतच.
त्यामुळे दिनेश साईटवर जात असेच.
या वेळी काव्या चौबळ साठी !

शुक्रवारी Sharp ११ ला काव्या हजर !
आणि दिनेश पहातच राहीला ....

4

आजचे रामायण ४

दिनेश समोर नुकतीच फुललेली गोड गुलाबकळी हसत उभी होती.
आता पर्यंत जे झाले नव्हते ते आज झाले
डोक्यात घंटा वाजू लागल्या.
हीच ती ! जी हवी होती !
तो भान विसरला .

" Sir ! !Good morning !"
" .... अं .....! Oh yes ! Good morning ! Welcome to my झोपडी !"

तीचे बोलणे गोड ! आवाज मंजुळ ! हास्य मधुर !
छे ...! हे काय चाललय मनात ...! बरे नव्हे !
Let me be professional .

दिनेशने स्वतःला सावरले !

पुढील दोन तास काव्या विचारत राहिली , दिनेश बोलत राहिला !

"Sir you are great !
मला वाटते तुम्ही खूप दूरवर मजल मारणार !
खूप dedication, will, creativity दिसतेय तुमच्यात .
एक सुचना !
सुरक्षा व पर्यावरण या गोष्टींची मी पूजक आहे
अजिबात दुर्लक्ष करू नका.
माझे काही तज्ञ ओळखीचे आहेत
त्यांचा सल्ला आपण घेऊ "

"आपण..... ? म्हणजे ?"
दिनेश ची body language सर्व स्पष्ट करत होती.

काव्या चक्क लाजली . गाल लालेलाल .....
इतकी सुंदर दिसली...

तीने झटकन सावरून म्हटले

" म्हणजे मी तुमची त्यांच्याशी गाठ घालून देईन इतकेच .."
" बस...... इतकेच..... मला तर तुमची खूप मदत लागेल "

दिनेश आता जरा धीट होऊ लागला.

" नक्की ! केव्हाही ! कधीही !मला आवडेल ..."

आग तो दोनो तरफ लग गई थी !

"पण आता मला भूक लागलेय ! जेवायला कंपनी द्याल ना ?"
" चालेल . बर्याचदा कंपनीचे canteen असते , तीथे जेवायला मला आवडते. त्यामुळे कंपनी कर्मचार्यांची किती काळजी घेते हे कळते"

“पण इथे तसे काही नाही. “
“मग कुठे जेवायचे ?"
"इथे एक छान family हॉटेल आहे .जेवण खूप छान असते .तीथे जाऊया "

दिनेशकडे फियाट होती (तेव्हा fiat व Ambessador च होत्या)
काव्या शेजारी बसली नी दिनेशची कार धन्य झाली !
जेवण कसे झाले , काय बोललो दिनेशला आठवेच ना !
इतकेच की खूप छान वाटत होते

काव्याची माहिती मात्र कळली

तीने Psychology घेऊन M A केलेले
आता PhD करत होती
घरची एकुलती एक
वडील व आई दोघे ही प्राध्यापक
वडील Physics तर आई संस्कृत शिकवायची
ठाण्याला अरविंद सोसायटीत घर !
एकंदरीत चांगल्या वातावरणात वाढलेली संस्कारी मुलगी !
आता येताना ST ने आलेली.
जेवण झाले
"मला ST Stand वर सोडाल का ?"
"छान ! असे कसे सोडेन?" दिनेश मिश्कील पणे
"म्हणजे हो " काव्या लटके घाबरल्या सारखी दाखवत पण खट्याळ हसत
"म्हणजे घरीच सोडणार "
"अहो तुम्ही तर इथेच जवळ रहाता ! इतक्या...., लांब येणार ?" काव्या मुद्दाम चिडवत
"My pleasure ! आग्रह समजा ! हं , आता तुम्हाला हे आवडत नसेल तर इलाज नाही.

जा STने ! पण मला खूप वाईट वाटेल ! "
दिनेशचे emotional black mail
"मी अस म्हणाले का ? पण मग माझ्या घरी यावे लागेल ."
आज आई बाबा ३ पर्यंत येतात .ते भेटतील "
"छान ! चलो फिर !"

दिनेशला तर काव्याच्या आई बाबाना बघायचेच होते.
त्याची wicket पडून clean bowled झाला होता !

5

आजचे रामायण ५

काव्याच घर पहिल्या मजल्यावर छोटस 1 BHK , पण अत्यंत व्यवस्थित होते
हॉल मधेच काव्यासाठी एक छोटी रुम बनवली होती
वडील वसंतराव व आई वृंदाताई दोघेही प्राध्यापक त्यामुळे घरात पुस्तके भरपूर
दोघांचेही स्वभाव मनमोकळे व खूप संस्कारी वाटले

"हे प्रख्यात उद्योगपती दिनेशजी प्रभू !" काव्या
"प्रख्यात वगैरे म्हणू नका . धडपडणारा म्हणा." दिनेश
"असुदे ! स्वतंत्र उद्योग करणे , हीच फार मोठी गोष्ट आहे !" वसंतराव

दिनेश पेंट बनवतो हे कळल्यावर वसंतरावांचे physics जागे झाले व ते Surface Tension, Light Spectrum, Wavelength of various colour spectra वगैरे चर्चा करु लागले

तोवर वृंदा ताई व काव्याने झटपट गरम कांदा बटाटा भजी व शीरा बववून आणला .
एकंदरीत दोघेही दिनेशवर खूष दिसले.

"अहो मैत्रीणी सोडल्या तर पहिल्यांदाच काव्या कुणा पुरूषाला घरी घेऊन आलेय " वृंदाताई
"अग मला सोडायला ते पनवेल वरून इथवर आले. मग असे कसे जाऊन देणार ?"
"हो ! पण आम्ही काही हरकत कुठे घेतलेय ! योग्यच केलेस तू "वृंदा ताई
"छान वाटले यांच्याशी बोलून ! मला तुमची process बघायला आवडेल" वसंतराव
"अहो सध्या तर अगदीच कसेतरी बनवतोय चुली आणि गाडग्यांमधे ! नविन कारखाना सुरु झाला की नेईन तुम्हा सर्वांना "
"नाही , मला ती चूल गाडगीच बघायचेत . त्यात तर मजा" वसंतराव
"मला पण ! माझ्या Thesis माधे ते सर्व नी त्याचे फोटो हवेतच" काव्या

दिनेशला तर हे निमित्त हवेच होते
तेवढीच काव्या शी परत भेट
लगेच वेळ तारीख ठरली

काव्या दिनेशला गाडीपर्यंत सोडायला आली

"भेटणार आहोतच ! पण तो दिवस जरा लवकर हवा होता " दिनेश
"Same here" काव्या लाजत म्हणाली

आता दिनेशचे भानच सुटले

"मग आधी भेटुया ?"
"नको . मी आई बाबांशी बोलते नी सांगते "
"काय बोलणार ?"
"नका हो चिडवू ! कळलय तुम्हाला !"

दिनेश हवेत तरंगतच घरी आला

आई बाबांना सर्व सांगीतले

त्याना काव्याला बघायची उत्सुकता लागली

Radio वर गाणे चालू होते

“पहिलीच भेट झाली
पण ओढ ही युगांची
जादू अशी घडे ही !”

6

आजचे रामायण ६

काव्या व तीचे आई बाबा छोट्याशा गाळा वजा factory त येणार कळल्यावर इंदुताई व अजितरावांनी पण त्यावेळी तीथे जाण्याचा आग्रह धरला.
त्याना या सर्वांना आणि मुख्यतः त्यांच्या ब्रम्हचार्याला मोहात पाडणारी ही अप्सरा बघायचीच होती.
वसंतराव, वृंदाताई व काव्या ठरल्या वेळी आले

आज काव्या गुलबक्षी साडी नेसली होती .
गोरा रंग खुलला होता.
कसे कोण जणे पण दिनेशचे आई बाबा येणार असे तीला वाटतच होते .
खात्रीच होती !
लांब सडक कंबरे पर्यंत रूळणारा जाड शेपटा !
त्यात खोचलेली गुलाबाची कळी
गळा खुलवणारी छोटीसी चेन !

अजितराव व इंदुताईंच्याच डोळ्याचे पारणे फिटले.

मग दिनेशचे काय विचारता .

वसंतराव वृंदा , अजितराव इंदुला पाहून खूषच झाले

"आपली भेट तर घ्यायचीच होती ." वसंतराव
" आम्हाला पण" अजितराव

तेवढ्यात दिनेशने खूण करुन "सुंदर " हे काव्याला सुचवले व काव्याने डोळे वटारून दटावले, पण गालांनी रंग दाखवलेच !
दोन्ही बायका हे रंग पहात होत्या !
"काय चाललय?" इंदुताईनी दिनेशाला चापट मारून विचारले ,
"कुठे काय ?" दिनेश
" काही नाही ? मग राहुंदे ! आम्हाला काय ! हो की नाही वृंदाताई "
" हो च ! हो ना ग काव्ये ?"
"आम्ही नाही जा , " काव्या
" चोरी पकडी गई " इंदुताई
आणि दोघी विहीणीनी एकमेकींना टाळी दिली.

दिनेशने त्याची चूल नी गाडगी वसंतरावांना दाखवली
त्यांनी काव्याला फोटो काढायला संगीतले
"मी हे आमच्या students ना दाखवले तर चालतील न ? खूप प्रेरणा मिळेल मुलांना ! त्यांचे concept पण पक्के होतील"
"By all means" दिनेश

वसंतरावांना दिनेशची कल्पकता स्वभाव कर्तुत्व सगळेच आवडले.
वृंदाताईंना दिनेश अजित इंदु यांचा साधा सरळ स्वभाव आवडला
अजित इंदू पण खूष होते
जेवायला एका चांगल्या AC हॉटेलमधे दिनेशने नेले
"कुठे होतीस काव्या इतके दिवस ? आधीच का नाही भेटलीस या मठ्ठोबाला ?" अजित

काव्या लाजली. मोहरली !

विषय निघालाच होता
वसंतरावांनी अजितरावांचे हात हातात घेतले
"मनातल बोललात अजित राव !
काव्या तरी कुठे आम्हाला दाद देत होती !
नुसता अभ्यास नी प्रबंध !"

" काय रे दिनेश , पसंत आहे न काव्या तुला ?" अजित

"काव्याला विचारा मी पसंत आहे का ! माझे काय ?"

"तुझे काय ? सगळ आम्हाला दिसत हाय ?" इंदू ने त्याचा कान पकडून म्हटले

काव्याची झुकलेली नजर , फुललेले गुलाबी गाल सगळ सांगत होते.

" पोरांनो तुम्हाला वेगळे बसायचय का ? आम्ही बाहेर बसतो" अजित
"नाही नाही ! एकत्रच बसू !" दिनेश
"मग तुम्ही समोरा समोर बसा . बघ तीला काय हवे- नको .नीट काळजी घे "इंदू
"बरोबर !
काव्या नीट बघ दिनेशच्या जेवणाकडे !
का पोट भरलय आनंदाने ?"

दोघी विहीणींनी परत टाळी दिली
जेवण हसत खेळत झाले
दिनेशने काव्या कुटुंबासाठी taxy arrange केली
" पुढची बोलणी कधी करायची "वसंतरावांनी अजितला विचारले
"मी दिनेशशी बोलून लग्नाच्या तारखा ठरवतो .

विवाह साधेपणानेच करावा.
सध्या दिनेश नव्या factory च्या कामात अडकलाय. पैसे पण गुंतलेयत. त्याला लवकर production चालू करायचय
पण आम्हाला तुमच्याकडून फक्त मुलगी हवे.
लक्ष्मी चे रूप आहे
जो खर्च येईल तो अर्धा वाटून घेऊ
दिनेशच्या वेळेचाच प्रश्न आहे
त्यालाच ठरवुंदे "

"आमचे सर्व साग्रसंगीत करायची इच्छा आहे
खर्चाची काळजी नको
आमची एकुलती एक मुलगी
पण तुमच्या मना प्रमाणे
तुम्ही सांगाल तसे !" वसंत

"ठरवू आठवड्याभरात " अजित

थोडा वेळ दिनेश काव्याला फिरून यायला सांगण्यात आले.

एका पायावर तयार , दिनेश ,काव्याला लगेच गाडीत बसवून round ला गेला .

दुपार होती .
सावली खाली गाडी थांबवून त्याने काव्याला विचारले
"खूष आहेस न ?"
"उत्तरा दाखल काव्याने आपला हात त्याच्या हातात दिला .
स्पर्शाची भाषाच सर्व बोलली !
शब्द मुके झाले
हातांचा दाब वाढला.
दोघांनाही तो सोडवेना.

"मला आता झोप लागणार नाही " दिनेश
"का ?"
"रात कली ख्वाबमे सताएगी "
"चल झूटे ! " काव्याने चिडवले
"वा ग ! क्या तुमको मुझसे प्यार नही ?"
"ना ना ना ना ना ना " काव्या खट्याळ
"का ग ?"
"मराठीत बोल ना "
"तुझे रूप चित्ती राहो , मुखी तुझे नाम " दिनेश
"बापरे ! अभंग ?"
"आता तुझी पाळी "
"किती सांगू नी सांगू कुणाला ! आज आनंदी आनंद झाला"" काव्या

हे ऐकून दिनेश रंगात आला , पण काव्याने त्याला आवरले व दोघे परत आले

गळा भेट करून व्याही व्याहीण आपापल्या घरी गेले

7

आजचे रामायण ७

नवी factory लवकर चालू करायची होती
मालाच्या orders वाट बघत होत्या
पैसा पण गुंतला होता
पण आता काव्याचा मोह पण भुरळ घालत होता
काव्या ध्यानी मनी स्वप्नी छळत होती
ही घालमेल काव्याच्या लक्षात आली

"आपण साधेच register लग्न करु !
अगदी जवळच्या ५० एक लोकांना छानशा हॉटेल मधे पार्टी देऊ .
आठवडाभर फिरून येता येईल न ?
का नको ?" काव्या

"मला तर महिनाभर आवडेल ग ! पण काम अंगावर आहेत . चार दिवस मोकळे ठेवीन.
सध्या पुरते चालतील ना ?"
"का नाही ? तू म्हणशील तसे !काम महत्वाचे !"
"खूप समजूत दार आहेस तू ! अगदी मनासारखी!"
"पुरे रंगात नको येऊस !"

तर असे notice देऊन महिन्या भरात लग्न लागले

चार दिवस विमानानेच जाऊन येऊन सिमला मनाली ला मधुचंद्र साजरा झाला .

दोघेही स्वर्गसुखात ओलेचिंब न्हाले !

दिनेश दिवसभर कारखान्याची उभारणी करी

पण घरी आला की काव्याला सोडत नसे !

तीला पण त्याची ओढ असेच !
काव्याचे प्रबंधाचे काम पुढे चालू झाले
दिनेशचा कारखाना चालू झाला त्याच सुमारास काव्याने प्रबंध सादर केला.
कारखान्याचे उत्पादन जोरात चालू झाले.
काव्याला पण डॉक्टरेट मिळाली
Dr काव्या प्रभू !
तीला College मधे lectureship पण मिळाली

दिवस सुखाचे होते.

कारखान्याची भरभराट होत होती !
बर्यापैकी आर्थिक सुबत्ता आली होती

काव्या यावर समाधानी नव्हती
तीला सामाजीक जाणीव खूप होती
अनाथ मुलांसाठी तीने आश्रम व संस्कार वर्गाचे काम पण हाती घेतले
"संगोपना" छोट्या अनाथ मुलांसाठी
"संगमित्रा " मोठ्या वयात आलेल्या मुलींसाठी

दिनेशचे पूर्ण सहकार्य होतेच

दिनेशला प्रदुषण व अपघात निवारण या साठी खास मेहनत घ्यायला
तीनेच भरीला घातले
हे काम दिनेशने मनापासून केले

तर प्रत्येक कर्तुत्ववान पुरूषा मागे स्त्री असते.

दिनेश मागे काव्या !

8

आजचे रामायण ८

या सर्व धामधुमीत ५ वर्षे गेली

"Lidiya" ला धडा शिकवून "शरयू" paint मधे भारतातला leader brand बनला .

कधीही एकाच जागी सर्व उत्पादन करण्या पेक्षा दोन ते तीन ठीकाणी कारखाना असणे चांगले .
काही कारणाने एखाद्या unit ला अडचण आली तरी इतर ठीकाणी उत्पादन चालू रहाते

नागपूर व औरंगाबाद इथे plant उभारून झाले

नागपूरची जबाबदारी वसंतराव व काव्याच्या चुलत भावाने घेतली .
औरंगाबादला संभाळायला अजितराव व मोठा भाऊ दिलिप तयार झाले
सर्व घडी ठीक बसली

व्याप खूप वाढला तशी एक डोकेदुखी सुरु झाली
Human Relations ! HR !
सर्व कर्मचारी खूष असले तरी परस्पर हेवे दावे व अंतर्गत राजकारण

चालेच !
प्रत्येक पगारवाढीच्या वेळी मला चांगले मिळाले या पेक्षा त्याला का जास्ती मिळाले म्हणून नाराजी
शेवटी कामाच्या दर्जा प्रमाणे कमी जास्त द्यावेच लागते पण हे समजतील तर ते कर्मचारी कसले
दिनेश सर देव माणूस, पण अधिकारी वर्गच राजकारण करतो, अशी उगाच भावना
कधी कर्मचार्यांच्या कौटुंबिक समस्या, कधी वैयक्तिक आजार अपघात, कधी canteen समस्या
हे सर्व परस्पर सोडवणारा चांगला अधिकारी सापडत नव्हता .
ही सर्व प्रकरणे मग दिनेश पर्यंत येत व उगाच वेळ काढत

दुसरा प्रश्न जास्त गंभीर होता

अजून वेलीवर फुल नव्हते

दोन्ही वृद्ध पालकांना नातवंड हवे होते !

दिनेश काव्याच्या वैवाहिक सुखात कुठलीच कमतरता नव्हती .
दोघेही सुखात चिंब होत होते
पण गोड बातमी येत नव्हती
सगळ्या test करून झाल्या
Career च्या मागे लागल्यामुळे दिनेश व काव्या दोघांचे तब्येतीकडे दुर्लक्ष झाले होते
काव्या ला PCOD साठी treatment घ्यावी लागली.
दिनेशला पण track obstruction मुळे slight Azoospermia detect झाला

तेव्हा आता सारखे IVF technique develop झाले नव्हते.
भारतातल्या तज्ञांचे म्हणणे , हा defect temporary असून

medication ने दूर होईल
पण वेळ जात होता व वय वाढत होते.

काव्या कधीकधी यामुळे खूप उदास होई
कित्येकदा period ला वेळ लागला की तिला आशा वाटे पण नंतर निराशा होई
दिनेशने आता परदेशात जाऊन उपाय करण्याचे ठरवले

पण तोच एक मोठे आव्हान उभे ठाकले !

9

आजचे रामायण ९

वेलणकर school of management मधे दिनेश नव्या officer recruitment साठी स्वतः गेला होता.
त्याला HR, Marketing व Finance साठी चांगली second line तयार करायची होती
पहिला Interview round , group discussion होता
विषय दिला गेला
" स्वयंचलीत यंत्रे भारतातल्या अर्थव्यवस्थेस शाप की वरदान ?"
बहुतेकांचे म्हणणे पडले "विज्ञानाचा आदर करायलाच हवा. परदेशात सर्वत्र यंत्रेच सगळी कामे करतात.
त्याने उत्पादन क्षमता वाढते .माणसे चुका करतातच .
यंत्रे त्या करत नाहीत.
त्यामुळे मालाची गुणवत्ता अचूक राखली जाते .
हे स्थित्यंतर अटळच आहे !"

या सर्वात उठून दिसली काजल

"कबूल मित्र मैत्रीणींनो . यंत्रांचे फायदे भरपूर. पण परदेश स्वयंचलीत का आहेत?
तीथे कामे करायला माणसेच नाहीत.

यंत्रे सर्वच कामे माणसा इतकी चांगली करतात असे नाही.
आपल्या पैकी सर्वांनी घरात vacuum cleaner हौसेने घेतला पण शेवटी केरसुणीनेच कचरा काढणे सोईचे वाटलेना ?
Food processor पण असेच अडगळीत गेले.
गृहिणी हातानेच मळतात चिरतात कापतात ना ?
Washing Muchine बिघडली की कित्येक दिवस ठीक व्हायला जातात आणि आमची हाताने कपडे धुवायची सवय गेलेली असते .शिवाय कपड्याच्या collar तर washing machine मधे मळक्याच रहातात ना ?
यंत्रे तेव्हाच वापरावी जेव्हा आम्हाला ती पूर्ण खोलून repair करता येतील.
माणसे बेरोजगार न करता त्यांना पर्यायी कामे देता येतील.
त्यांना ही machines व्यवस्थित चालवता येतील
अर्थव्यवस्था एकतर्फी नाही तर सर्वांगीण वाढणे जरुरी .
तिचा फायदा सर्वांना व्हावा
विषमता नको
आपला उद्देश सर्वांचे हित व विकास हा असावा व त्या दृष्टीनेच सर्वकष विचार करावा "

तिच्या विचारांची परिपक्वता दिनेशला आवडली.
काजल पुढच्या round ला select झाली.
Personal interview मधे दिनेशने तिला स्वतःबद्दल बोलायला सांगीतले

"सर , मी Law graduate LLB आहे.
पण मला HR field मधे काहितरी चांगले करायची खूप इच्छा आहे.
कर्मचारी व Management यांच्यात समन्वय व समतोल रहावा , gaps नसाव्यात ही माझी इच्छा!"
"पण तुला यात काय अनुभव आहे ?"
"सर, आपले उद्देश चांगले असले , विचार निःपक्षपाती असले व

कामाची आवड असली तर मार्ग आपोआप दिसत जातो . Common sense जागृत असणे खूप महत्वाचे . मग अनुभव नसला तरी अडत नाही . प्रश्न असा सोडवावा की दोन्ही बाजू खूष"
"तुला शरयूत काम करायला आवडेल ?"

"सर शरयू आणि तुमच्या हाताखाली काम करणे हे तर माझे स्वप्न अथवा भाग्य !
शरयू व तुमचा मी पूर्ण अभ्यास केलाय ! You are real hero ! Just try me Sir ! I will prove to be an asset"

तिथल्या तीथे काजल ला Asst Manager HR ची appointment मिळाली.

10

आजचे रामायण १०

परीक्षा संपताच काजल "शरयू" त रूजू झाली
तिथले सौहार्दपूर्ण वातावरण तिला खूप आवडले.
दिनेश सर व काव्या दिदी बद्दल सर्वांना प्रचंड आदर व प्रेम !
काव्या क्वचितच येई.
जसे की दसरा पूजा , दिवाळी बक्षिस वाटप , वार्षिक संमेलन वगैरे
पण सर्वांची विशेषतः स्त्री कर्मचार्यांची ती जातीने चौकशी करे ! त्यांचे
काही प्रश्न असल्यास लगेच सोडवे.

आता काजल ला पाहिल्यावर ती म्हणाली,
"माझी काळजी मिटली ! आता स्त्रीयांचे प्रश्न तू सोडवायचे!"

काही गोष्टीत सुधारणा गरजेच्या होत्या.

Canteen मधे जेवण चांगले होते . सारे हातानेच वाढून घ्यायचे
पण काही जण उगाच जास्ती वाढून घेत व ताटात टाकत.
काजलने प्रथम असे न करण्याची विनंती केली
अन्न फुकट घालवणे हा अपराध हे समजावले, पण काहींच्या सवई जात

नव्हत्या
मग त्यांचे टाकलेले अन्न pack करून वजन करून त्यांच्या table वर ठेवले जाई व १०० रू किलो या दराने त्याची आकारणी करून ते पगारातून कापले जाई.
आता कुणीही ताटात टाकेना !

हाच नियम stationery वापरावर लावला गेला
उगाच stationery उदा .कागद कर्मचारी वाटेल तसे वापरत.
Requisition म्हणजेच मागणी system चालू करून याचा record ठेवला गेला
कर्मचारी आता stationery जपून वापरू लागले

कंपनीची गाडी दहा कामांसाठी १० चकरा मारी.
तिने शिस्त आणली
एका trip मधे १० कामे कशी होतील हे पाहिले.
इंधन वाचलेच
Driver ना पण विश्रांती मिळू लागली.

स्त्री कर्मचार्यांच्या लहान मुलांसाठी पाळणाघर होते
त्यात तिने अमुलाग्र सुधारणा केल्या
केवळ खेळ व आहारच नाही तर मुलांना शिक्षण व संस्कार कसे मिळतील या साठी शिक्षक नेमले.
स्त्रीया खूष झाल्या

आता कर्मचारी आपल्या तक्रारी प्रथम काजलला सांगत.
ती हमखास त्या योग्य प्रकारे कर्मचार्यांचे पूर्ण समाधान करून सोडवे

दिनेशचा भार हलका झाला
HR ही डोकेदुखी संपली
दिनेश सकाळी ८ वाजताच office मधे येई

हसत मुखाने प्रसन्न फुलासारखी टवटवीत काजल हल्ली त्याच्या स्वागताला हजर असे.

त्याला पण आता तिच्या या हास्याची स्वागताची सवय लागली.

कधी ती दिसली नाही तर त्याला चुकल्या सारखे वाटे.

11

आजचे रामायण ११

शरयूच्या कर्मचार्यांची सर्वांगिण प्रगती हा काजल चा मुख्य उद्देश.
Kayzen Technolgy तीने सुरू केली
छोटे छोटे groups, team work ,
वेगवेगळे प्रश्न या groups ना देऊन ते सोडवून सतत सुधारणा करणे
यात कर्मचारी स्वतः खूप शिकत व कंपनीचा पण फायदा होई
आता वैयक्तिक हेवेदावे बंद झाले .
प्रत्येक जण कामाचा आनंद घेऊ लागला

बघता बघता काजल शरयूचे केंद्र बिंदू झाली

आता दिनेशचे काम खूप सोपे झाले
“Dyes" बनवतो तर "textiles" का नको हा प्रश्न काजलचाच
"शरयू textiles" उभी राहिली

रंगांची बहार शरयू
सोळा शृंगार शरयू
रूप निखारे शरयू
सजणाची सजणी शरयू

"शरयू textiles" बघता बघता मोठा brand बनला
काजल शरयू corporate ची "Voice President (V.P.) HR " झाली
आता उद्देश US मार्केट काबीज करण्याचा होता

आणि ती संधी आलीच !

"Angelo Soley" हा US चा मोठा brand
Highest World seller
त्याना Co ordination मधे भारतात manufacturing करायचे होते
त्या साठी dyes व textile दोन्ही चे प्रचंड expansion करायला लागणार होते
खूप मोठा प्रकल्प
मोठी capacity असणे हे prequalification
त्यामुळे प्रथम पैसे गुंतवायला लागणार होते . ही एक फार मोठी उडी होती
पण दिनेशला हे साहस करायचे होते.
प्रचंड कर्ज घेऊन त्याने प्रथमच हा प्रकल्प हाती घेतला
आता सहा महिने विना उसंत काम करावे लागणार होते

प्रकल्पाचे काम चालू झाले व बातमी आली

भारतातले अग्रगण्य उद्योगपती सुदेश राजवानी पण याच प्रकल्पात उतरले होते.

आता लढत अतीतटीची, do or die, होणार हे निश्चित होते

प्रथमच इतका कठीण प्रसंग आला .

दिनेशची झोप उडाली !

12

आजचे रामायण १२

दिनेश ने "Angelo Soley" चे challenge खूपच मनावर घेतले
किंबहुना तसे करणे भाग होते
खूप मोठे धाडस केले होते ! मोठी गुंतवणूक ! मोठे कर्ज !
धाडस फसले तर शरयूची धुळधाण उडणार होती
उत्पादन क्षमता, गुणवत्ता , वैविध्य, पर्यावरणाची काळजी, अपघात नियंत्रण, कर्मचारी गुणवत्ता
या सर्व गोष्टी पारखल्या जाणार होत्या

सर्व core team झटून कामाला लागली होती

काजलची या सर्व प्रकारात भरपूरच काम करत होती
तीचे जातीने सर्व विभागांवर लक्ष असे
प्रत्येकाला काय हवे नको ते ती प्रथम पाही

दिनेश १६-१६ तास काम करत असे
काजल चे त्याच्याकडे संपूर्ण लक्ष केंद्रित असे
ती स्वतः त्याला सतत लागणारे green tea, fruit salad, वेगवेगळी

soups , pulses देत राही

कित्येकदा office मधे शेवटी ती व दिनेशच असत
इथेच दिनेशला हे जाणवू लागले की काजल नको तीतकी त्याच्यात गुंतत चाललेय !
हे योग्य नव्हते व दिनेशने तीला दूर ठेवण्याचा प्रयत्न ही केला.
पण आता त्यालाच तीची इतकी सवय झाली की ती नसली तर चुकल्या सारखे वाटे

आणि ते दोन messages एकदम च आले जे काजलनेच प्रथम पाहिले
एक Angelo Soley चा होता
Final negotiation ला बोलावले होते.
competition ला सुदेश राजवानींची "Reliable Industries" होतीच !
महा Tension चे काम !

दुसरा message "Dr Alberto Khristine" यांचा होता
दिनेशचे prostrate track चे जे छोटेसे operation करावयाचे होते त्याची Appointment मिळाली होती. Operation अगदी minor पण महत्व पूर्ण होते
Endoscopy सध्या तीथेच उपलब्ध होती त्यामुळे अगदी सोपे operation एका दिवसाचे होते

Dr Alberto ची appointment सहजी मिळत नसे त्यामुळे ही संधी सोडून चालणार नव्हते

काव्याने हट्टच धरला म्हणून दिनेश तयार झाला.

एकाच trip मधे दोन्ही कामे होणार होती

Operation साठी काव्या दिनेश आधी जाणार व त्यानंतर दोन

दिवसानी शरयू core team negotiations ना येणार व मग दिनेश तीथेच थांबणार व if all goes well काव्या परत येणार हे ठरले !

सर्व bookings काजलने व्यवस्थित केली

दिनेश काव्या व त्याना मदतीला म्हणून काव्याच्याच आग्रहाने काजल US ला रवाना झाले

13

आजचे रामायण १३

एक दिवसाचा frankfurt मार्गे US चा प्रवास
पण काजल व काव्या मधे घनदाट मैत्री झाली
काजल होतीच लाघवी तर काव्या मृदू प्रेमाने भरलेली
हसत खेळत प्रवास मजेत झाला

San Diego ला Dr Albetto चे अद्ययावत Hospital होते
जणू seven star hotel च
एक दिवस सर्व चाचण्या व लगेच operation झाले
दिनेश ला तर जाणवले पण नाही इतक्या सहज सर्व झाले
एक दिवस under observation गेला
Discharge देताना Dr Alberto डोळे मिचकावून म्हणाले
"Enjoy Honeymoon now young Man !
Result will follow !!
Dont forget me that time"

"Dr I m not so young now ! I am 38 !
Kawya 35 !"
"Oh then hurry up ! Kawya should not waste time !"
काव्या तर शरमेने लालीलाल झाली

आणि खरच !
ती अमेरीकेतली दिनेश काव्याची अपुर्व रंगलेली " सुहाग रात" च होती.
" दिनेश dear ! खूप सूखी झालेय आज मी ! Love you lot !"
दिनेशला पण खरच अभुतपूर्व सूख मिळाले होते !

काजलला दोघांच्या चेहर्याकडे बघताच सर्व गुपित कळलेच !

दुसर्या दिवशी सर्व core team हजर झाली

मोठ्या जड मनाने दिनेशने काव्याला भारतात पाठवले

आणि तीला पण Collage ची महत्वाची कामे होतीच !

मोठ्या मुश्किलीने आठवडाभार रजा मिळाली होती !

14

आजचे रामायण १४

दिनेश काव्याचा एक मोठा जिव्हाळ्याचा प्रश्न सुटला का ?
आशेला खूप जागा होती

पण आता "शरयू" ची कसोटी होती.

"Relaible सुदेश राजवानी " पूर्ण ताकदीने मैदानात उतरलेले !
कधीही न हारणारे !
"शरयू "किस झाडकी पत्ती
Devid v/s Goliath

त्यांचेच पहिले presentation झाले !
दैदिप्यमान !
No finance problem !
सगळे ratio छान
भरपूर diversity
Assured Quality
भरपूर capacity
Automated machinery
सगळे credentials हजर

"Angelo soley" team बघतच राहिली

निर्णय जवळ जवळ ठरल्यात जमा होता
"शरयू"चे presentation पहाणे ही केवळ औपचारिकता उरली होती.
दिनेश विचार करत होता, “काय नशिब आहे, ती काव्याबरोबर स्वर्ग सुखाची रात्र
आणि आज ही झोप उडवणारी काळ रात्र ! शरयू"चे भवितव्य काय ? “

सर्व team हॉटेल मधे झोपलेली
बोलून चालून कर्मचारीच ते !
दिनेश खाली lawn मधे येरझार्या घालू लागला !

मागून हाक आली
"सर"
मागे काजल उभी होती !

15

आजचे रामायण १५

"सर, नका काळजी करू !

"कसे म्हणतेस असे . Order गेल्यातच जमा आहे. का आशा लावली या Angelo ने
मी पण मुर्ख ! Reliable शी स्पर्धा करायला निघालो !

"सर, मला असे वाटत नाही. आपण जीवतोड प्रयत्न करुया ! दोन दिवस आहेत !
सर मला तर आता एक क्षण ही वाया घालवायचा नाही .
चला आपण आपले points परत बघुया "

तिने दिनेशला अक्षरशः खेचत room मधे नेले
OHP वर presentation चालू केले
इतके प्रश्न दिनेशाला विचारले की उत्तरे देता देता दिनेशचा ताण जरा कमी होत गेला
रात्रभर काम चालू ह
पहाटे पहाटे दोघे आपापल्या रूम मधे जरा झोपले.

एक कच्चा दुवा "Reliable" मधे होता

प्रत्यक्ष एकही paint वा dye त्यांनी स्वतः बनवला नव्हता
सगळे bought out technology items !
उलट दिनेशने स्वतः काही molecules बनवले होते
त्यात अजून improved qualities पण होती
हे एक specialization होते
हाच point ठळकपणे मांडायची गरज होती

काजलमुळे हे लक्षात आले

भविष्य हे me too लोकांसाठी नसते
ते Pioneers ची कदर करते
शरयू is "Pioneer" , not "Me too"

हा मुद्दा नक्कीच जोरदार होता

दुसरे महत्वाचे म्हणजे cost of product
काजलने दिनेशच्या गळीच उतरवले की किमती खाली आण ! तरच आपण टिकू !
५ टक्के profit वर काम करुया
plant चालणे महत्वाचे
लोकांना पगार मिळणे महत्वाचे.

तीसरा आणि महत्वाचा मुद्दा काव्या मुळे आलेला
पर्यावरण व अपघात यांचा अती सुक्ष्म अभ्यास शरयू ने केलेला.
दुसरी रात्र हे सारे मांडण्यात गेली

Presentation ची जबाबदारी काजलने घेतली

तिचे बोलणे आश्वासक मोहक आणि अभ्यासू

नक्कीच तिची छाप पडली

आता "Angelo " च्या निर्णयाची वेळ आली होती

16

आजचे रामायण १६

"Angelo" चे CEO अस्सल US English मधे बोलत होते.
"आपण सर्वांनी भारतातील खूप छान presentations पाहिली
" Reliable" भारतात अग्रगण्य आहे
Paints Dyes व textile मधे त्यांना उतरायचे आहे .
त्यासाठी त्यांनी सर्व तयारी केली आहे.
खात्री आहे ते नक्कीच यशस्वी होतील.
त्यांनी सर्व अत्याधुनिक मशिनरी वापरली आहे.
आम्हाला त्यांना सहभागी करून घ्यायला आवडेल.
आमच्या काही नित्याच्या मागण्या आहेत.
विशेषतः south अमेरीकेच्या व ब्राझिल वगैरे दक्षिण देशात तसेच उत्तरे कडे !
आम्ही त्यासाठी "Relable" ला partner करू इच्छितो
सुमारे 2 billion Dollars ची ही Order आहे
अभिनंदन सुदेश राजवाणी !

टाळ्यांचा प्रचंड कडकडाट व Reliable group नाचू लागला

"आता "शरयू "बद्दल !
ही अतिशय कृतीशील सृजनशील कंपनी आहे.

मोठी आव्हाने स्विकारण्याची त्यांच्यात धमक आहे
नवे नवे रंग कापडे ते करू शकतात
उत्तर अमेरिकेत अशा गोष्टीना खूप मागणी आहे
तेव्हा 1.5 billion dollars ची Order त्याना देण्यात येत आहे.
अभिनंदन दिनेश प्रभू !"

दिनेशचा कानावर विश्वास बसेना

दोन्ही कंपन्याना न्याय मिळाला होता

सर्व खूष होते

"Angelo " चे CEO खाजगीत म्हणाले

दिनेशजी तुमच्या presentation मधे तुम्ही जे नविन molecule , Economical cost , पर्यावरण व अपघातनिवारण या बद्दल बोललात ते खूप महत्वाचे अन्यथा आम्ही "Reliable " ला सर्व order देणार होतो !

"ही सर्व काजल व काव्या ची किमया !" दिनेश मनात म्हणाला

रात्री मोठी party झाली
दिनेशने सर्व team members ना मोठी बक्षिसे जाहीर केली.
सर्वांनीच खूप कष्ट घेतले होते

पण काजल तर या समारंभात नंतर दिसलीच नाही

बक्षिसे जाहीर करे पर्यंत तर होती

तब्येत बिघडली का ?

17

आजचे रामायण १७

पार्टी आटपायला खूप उशीर झाला
रात्रीचे १२ वाजून गेले.
काजलची अनुपस्थिती सर्वांनाच जाणवली.
काही तिच्या रूमवर जाऊन आले.
पण तब्येत बरी नाही सांगून तिने त्याना परत पाठवले.
पार्टी संपवून दिनेशने तिला फोन केला.

"सर झोपा तुम्ही ! माझे काय ! उद्यापर्यंत ठीक होईन मी !"

तिच्या बोलण्याच्या टोन वरून दिनेश ला जाणवले

काहितरी बिनसलय

"मी येतोय तुझ्या रूमवर "
"वेलकम सर "
दिनेश रुम वर गेला.
काजल रडवेली दिसत होती !
कुठेतरी मनाने दुखावलेली !
पण तरी किती मोहक !

तिला इतके जवळ व निरखून पहाण्याचा प्रसंग दिनेशवर प्रथमच आला Ofiice मधली काजल व घरगुती साधी सुधी काजल किती फरक !
आणि तिची देहबोली !
काही वेगळीच भाषा बोलत होती !
दिनेशला हे सर्व जाणवू लागले !

" या सर "
"काय झालय काजल ! तब्येत बरी नाही का ? फिजीशिअन ला बोलवू ? "
" नको सर ! माझ्या तब्येतीला काहीच झाले नाही !"
" मग का अशी एकटी बसलेयस ! सगळे तुला miss करत होते ! "
" सगळे म्हणजे कोण? सर , तुम्ही नाही ना miss केलत ?"
"वा ! अग मला तर खूपच चुकल्या सारखे झाले ! पार्टीत मूडच नव्हता ! तू सर्व केलेस नी तूच नव्हतीस !"
"मग का नाही तेव्हाच आलात ! आता सगळे गेल्यावर आलात !"
"काजल हा काय वेडे पणा !"
"जाउदे सर ! तुम्ही जा ! वेडीच आहे मी ! "
"काय हे काजल?"
"सर तुम्ही किती छान केलेत ! सगळ्यांसारखे मला बक्षिस दिलेत ! सगळे तशीच मी !
काही फरक आहे का ?"
"मग काय हवे तुला ? काही ही माग ! तुझ्या मुळेच तर हे सगळे झाले ! "
"सर जाउं दे ! मला हवे ते नाही देऊ शकणार तुम्ही ! सर please जाऊन झोपा !
आजचा दिवस तुमचा आहे !"
“नाही आजचा दिवस तुझा आहे ! मी नाही तुला असे सोडणार !"
"मग सर मला घट्ट धरा! सर, मला तुम्ही हवात !
तुम्हाला प्रथम पाहिले तेव्हा पासून मनात पूजतेय मी ! तुमच्या शिवाय मला काही नको! "

"अग पण मी विवाहीत ! कशी प्रतारणा करू काव्याशी ?"

"म्हणूनच म्हटले ना मी , सर , जा तुम्ही !"

अभावित पणे जशी भुरळ पडल्याप्रमाणे दिनेशने काजलला मिठीत घेतले !
काजल तर त्या मिठीत विरघळली !
दिनेश च्या सर्वांगात वीज चमकली !
खूप हवी हवीशी वाटली काजल !
ती तर समर्पणास तयारच होती !
नक्कीच काही वेगळे होते काजलमधे !
खूप सुख देणारे ! हवेहवेसे !
ती रात्र दोघे एकमेकात रंगून गेले !

दिनेशला हे जाणवले की त्याला पण काजल मना पासून आवडली होती !
कुठे तरी सुप्त आकर्षण होतेच !

सगळी team परत गेली ,
तरी सर्व व्यवस्था मार्गी लावायला दिनेश व काजल आठवडा भर जास्तच थांबले !

आता प्रश्न होता काव्या समोर कसे जायचे !
तिला हे जाणवणारच !

18

आजचे रामायण १८

खरे तर दिनेश पण काजल च्या प्रेमाने पुरता घायाळ झाला.
US मधील वास्तव्यात दोघेही एकमेकांत भान हरपून गुंतले !
हे चुकीचे आहे हे दिनेशला कळत होते पण मन वळत नव्हते..
काजलला परिणामांची पर्वा नव्हती.
सर्व प्रसंगाना तोंड देण्याचे मानसिक सामर्थ्य तिच्यात भरपूर होते.
पण काव्याशी प्रतारणा दोघांनाही बोचत होती

"Angelo Soley" शी सर्व करार पूर्ण करून दिनेश काजल परत आले नी
इथे भारतात कारखान्यात आनंदोत्सव सुरु झाला.

दिनेशचे दिग्विजयी स्वागत सर्व कर्मचार्यांनी उत्स्फुर्त पणे केले !
काव्याने दोन्ही आई बाबांसह दिनेशला ओवाळले.
मीठा मोहर्रांनी आईंनी दृष्ट काढली.
पण दिनेश काव्याच्या नजरेला नजर द्यायचे टाळत होता .

तिला ते कळले नाही का ?
रात्री मात्र काव्याला वेगळाच अनुभव आला.
दिनेश तिच्या बरोबर वेगळ्याच उत्साहाने सळसळत होता.
काही नवीनच युक्त्या , नवीन खेळ.

हा दिनेश कुणी वेगळाच होता ! पण खूप हवाहवासा !
काव्या मग प्रेमाने श्रांत क्लांत झालेल्या दिनेशच्या कपाळाचे चुंबन घेई.

आज काव्या कारखान्यात,आली होती.
काही विशेष प्रसंगीच Mam इथे येत.
सर्व कर्मचार्यांचे तिने अभिनंदन केले.

Core Team च्या प्रत्येकाला तिने खास भेटवस्तु देऊन गौरविले

सगळ्यात शेवटी ती काजलच्या केबीन मधे गेली.

काजल ने उठून स्वागत केले पण मनोमनी घाबरली ?

19

आजचे रामायण १९

काव्याच्या गोड प्रसन्न व्यक्तीमत्वाने आपली केबिन उजळली याची जाणीव काजलला झाली.

" तिच्यापुढे मी किती खुजी ! कोती !"

काजलच्या मनात विचार चमकले.

काव्याने काजलचे हात हातात घेतले !

ते घाबरून थंडगार !

कुठे गेली ती तिची इतर कामातली धडाडी !

काव्याच्या नजरेला नजर देता येईना

पण हे काय !

काव्याने तिचे हात आश्वासकपणे थोपटले !

"वेडी कुठली ! कशाला घाबरतेस !

मी तुझी दिदी आहे ! मैत्रीण समज !

मला सर्व कळते !

दिनेश चे मन तर मला लगेच कळते !

US ला जातानाच तुझी मनस्थिती माझ्या लक्षात आली होती.

हे पण कळले की तू त्याची जीवापाड काळजी घेतेस
दिनेश ला कामाचे प्रचंड दडपण आलेले.
यातून त्याला बाहेर काढण्याची प्रेरणा तुझ्यात आहे हे मी जाणले.
मी पण प्रेमच केलेय दिनेशवर.
प्रेम बंधने घालत नाही.
मुक्तता देते ! आनंद देते !
तेच खरे प्रेम
त्यामुळेच तर आजचे हे यश
हे यश तुझे आहे
याच आपल्या प्रेमाने दिनेश पण आज आपल्या दोघींकडे सुखाने ओढला जातो
तू नेहमी असेच करशील ही मला खात्री आहे !
मी तुझ्या मागे खंबीरपणे उभी आहे
फक्त सामाजिक जाणीव असुदे इतकेच !"

" दिदी "
काजलने काव्याला मिठी मारली!
ती रडत होती !
पण मन हलके झालेले !
हे स्वप्न तर नव्हे ?

20

आजचे रामायण २०

ज्याची सगळ्यात जास्त भिती तो प्रश्न इतक्या अलगद सुटला ?
दिनेश काजल च्या मनावरचा भार नाहीसा झाला.
खरे तर काव्या किती मोठी आहे हे दिनेशला आता पूर्ण जाणवले.
माणसाने इतके परिपक्व, इतके चांगले असावे ?

तिच्या समोर तर त्याच्या डोळ्यात पाणि आले.
"हे काय ? अजिबात मनात काही आणू नकोस !
मला तुझा अभिमान आहे !
स्त्रीया कर्तुत्वावर भाळतात !
आणि तू माझ्यावर मनापासून प्रेम करतोस !
ते कमी झालेलेच नाही ?
उलटे भरपूर वाढले ...."
काव्याच्या बोलण्यात चांगलाच खट्याळपणा आला
हीच खरी काव्या
हुषार सुंदर नी खट्याळ पण
तो काव्याला मिठीत जखडायला गेला पण ती लबाड पळाली !
मुळीच कमी नाही ही !

"दिल्याने प्रेम वाढते वाटते ! तुझे प्रेम वाढले ! "

गोष्टी अगादी सोप्या करून सोडवल्या काव्याने
हे सुख असेच झळकत राहो !याला ग्रहण नको !
पण आता हे negative विचार का ?
कामे तर खूप वाढलेली

दिनेश काजल सर्व staff झटून कामाला लागला.
उत्पादन जोरात चालू झाले .
सर्वच विभाग overtime करू लागले !

आज दिनेश थकून घरी आला तर आई बाबा वाटच बघत होते.
चेहर्यावर चिंता.
काव्याचे पण आई बाबा आलेले.
" किती फोन लावायचे? कुठे होतास ? घरची काही काळजी ?" आई ओरडू लागली
" बघ बाबा , खूप गंभिर प्रकार आहे ,डॉक्टरांनी तपासलेय पण लवकर Admit करायला सांगीतलय ! तुझीच वाट बघत होतो "
काळजीने काळवंडलेले सारे चेहरे.
"काय बोलताय ? कोण आजारी आहे ? काव्या कुठे आहे ?
"तीच सकाळपासून ठीक नाही !
कसतरीच करतेय ,
आताच Injection देऊन झोपवलेय !"

" दिनेश धावत बेडरूम मधे गेला
काव्या निपचितशी पडलेली !

Radio वर गाणे लागलेले

"भातुकलीच्या खेळामधली"

दिनेशच्या काळजाचा ठोका चुकला !

21

आजचे रामायण २१

"काव्या....." दिनेशने ओरडत गदगदा हलवले
No response
“आई - बाबा लवकर या......! काय झालय काव्याला " दिनेश रडवेला
“ डॉक्टर ..... बोलवा आधी ...काव्या.... काय झाले "

"कुठे काय ? " काव्या उठून हसतेय

सगळेच हसतायत !
आईनी तोंडात पेढा कोंबला !
"काव्या सांग बाई तूच ! आमचे आता काम नाही. आणि हो, हा सगळा खट्याळपणा काव्याचाच !
नको नको म्णत होतो तरी आम्हाला हे करायला लावले. तिला चांगली शिक्षा कर "
सगळे गेले
तो आणि काव्या
" काव्या.........! खरच .... मी बाबा....."
काव्या डोळ्यानीच हो म्हणाली
"काय हे ! मगाशी मला heart attack यायचा बाकी होता ! मारू का "
काव्या परत हो म्हणाली

मिठीत घेऊन काव्याला तो जीथे तीथे चुंबू लागला !
"महाराज, सबूर , बीज नुकतच अंकुरलय ! १५ दिवस सख्त जपायचय !
कळल !"
दोघांच्याही डोळ्यात अश्रू !
"मला बघायचे होते मी अशी गेली तर तु काय करतोस!"
"छे ! कल्पना सुद्धा नृको ! ....मग ! पास झालो की नाही "
"हा काय result ! पण इतक्यात कुठे सांगायचे नाही ! फक्त काजल सोडून ! तीला उद्याच स्वतः घरी जाऊन सांग !
नाहीतर तिला वाईट वाटेल !"
काव्याचे खरच कौतुक वाटले दिनेशला
माणसाने इतके चांगले असावे ?

दुसर्या दिवशी काजल Office मधे नव्हती.
कुठल्या government कचेरीत जाणार होती
संध्याकाळी दिनेश तिच्याकडे गेला !
तिला खूप आनंद झाला. धावत कडकडून मिठी मारली.
साहेबांनी ती गोड बातमी सांगितली !
क्षणिक चेहरा उतरला...... !
पण लगेच सावरून तिने अभिनंदन केले.
"येतेच दिदीला भेटायला "
"जपून ! इतक्यात कुणाला सांगायचे नाही !"
"बरोबर... ! इतके कळते मला ! समजले ! पण आता जेवून जा !
इथेच रहातोस का ? रहा न !"
"नको ! काव्या वाट बघतेय !"

22

आजचे रामायण २२

"का रे ! चेहरा का उतरला तुझा ? आनंद नाही झाला "
काजलला जवळ घेऊन तिचे चुंबन घेतले .
"कस सांगू ? आनंद व्हायला हवा ! पण हे कसे निभावणार ? याचीच काळजी !
तुला सांगत होतो मी सारख ! पण तू नेहमी बिनधास्त ?
काय करायच आता ?"

" मृणाल पण हेच विचारत होती ! "काय करणारेयस ? मोकळ व्हायचय का ? मी करते मदत !
होऊ का मोकळी...... ?" काजल
"........."
"बोल ना ! गप्प का ? "
"तुला काय वाटत ? "

"आता बरोबर विचारलस ! मला हे मूल हवय ! single mother राहीन मी !
तुझे नाव सांगणार नाही ......! नको करूस काळजी.....! "
"मला खात्री आहे !
पण आपला समाज.....?

तो तुला नाही , तू खंबिर , पण मुलाला त्रास देईल. तो कोवळा जीव सहन करेल हे........ ?"

आता काजल विचारात पडली
हा मुद्दा गंभिर होता !

"दिदीला विचारूया ! ती काढेल मार्ग !"
"छान ! माझ्या पेक्षा दिदीवर विश्वास! आहेच ती गुणाची "
"आणि मी लाडाची ..!"
काजल रंगात आली

दिनेशने काव्याला सर्व सांगितले
काव्या ने काजलला घरी बोलावले
तिचे कोड कौतुक केले !
दोन पर्याय सुचवले

१ काव्याने घटस्पोट द्यायचा
घटस्पोटाच्या आधी conceive झालेले मुल अनौरस नसते......... !
मग दिनेशने काजलशी रितसर लग्न करायचे
दिनेश दोन्ही मुलांची काळजी घेईल हे नक्की
व दोन्ही मुले आयांजवळ असतील

२ अमेरीकेत "Angelo Soley" साठी office काढायचेय
तीथे इथून घाऊक माल जाऊन repacking होणार व वितरण !
हे सर्व काजल ने तिथे राहून करायचे.
अमेरिकेत मुलाला काही problem नाही.

शेवटी प्रश्न काव्यानेच सोडवला

पर्याय १ काव्या सोडली तर (स्वार्थत्यागाची हौसच हीला - ईती दिनेश

) कुणालाच मंजूर नव्हता

पर्याय २ एकमताने मंजूर झाला

काजल आता अमेरिकेत

हा पुर्वार्ध !

23

आजचे रामायण २३

राघवला केमिकल इंजिनीआरींगचे IIT त gold medal घेताना पाहून काव्या दिनेशचा ऊर भरून आला
सर्वगुणसंपन्न अभिमान वाटावा असा लेक !
अजून काय हवे!

काव्याच्या डोळ्यासमोर त्याचे सगळे बालपण नाचू लागले !
एवढासा राघव पण आकाशातल्या ग्रह तार्यांकडे निरखून बघे
सुर्य माला च नाही तर सर्व Galaxies Nebula Stars सगळे पाचव्या वर्षी त्याला माहिती !
त्याने हट्ट केला म्हणून पाचव्या वाढदिवसाला दिनेशच्या मित्राने Powerful Binocular गच्चीत बसवली जी बघायला आज पण सर्व येतात

सहाव्या वर्षी त्याचे गणिताचे ज्ञान बघून काव्याच्या collage चे principal अग्निहोत्री आपल्या मोठ्या विद्यार्थ्यां बरोबर घेऊन Washington Maths World competition ला गेले व ८ ते १२ (pre teen)
वयोगटाचे gold medal आणून त्याने भारताची शान उंचावली
या गटात त्याला special प्रवेश मिळाला होता !

प्रि.अग्निहोत्री आपला मित्र Professor गुंजाळ कडे राघवला घेऊन गेले आणि तिथेच राघव मधे काव्याचे Geans प्रगट झाले !

एक आई काव्या , दुसरी काजल mom.

तर तीथे भेटली अरूणा मावशी !

24

आजचे रामायण २४

छोट्या सहा वर्षाच्या राघवला अमेरिकेतले जेवण काही आवडेना !
घरचा वरण भात तूप. गरम पोळी भाजी, श्रीखंड पुरी,शीरा, पोहे इथे दिसेना !
Ice cream , केक, बिस्कीटे , Chocklets, अंडी, भरपूर पण त्याने त्याची वाढती भूक सरेना !
अरुणा मावशी कडे मात्र घरचे जेवण मिळाले.
गरम गरम जेवण अस्सल साजूक तुपाची धार, सर्व काही घरच्या सारखे !
अरूणा मावशीत त्याला आई व mom च दिसत !
प्रेमाने अरूणा छोट्या राघवकडे बघे ! जातीने लक्ष देई !

राघवला गुंजाळ काकांकडे छान खोली दिलेली
पण तिथे त्याला एकट्याला झोप येत नसे
अनोळखी देश , जागा, थोडी भीती वाटे.
अरुणा मावशी मग त्याला गाणी म्हणून गोष्टी सांगून झोपवे.

एकदा कसल्यातरी ओरडण्याने तो रात्री जागा झाला !
गुंजाळ काका अरूणा मावशीला ओरडत होते !

"रांड कुठची ! इथे झोपलीस ! जा तुझ्या खोलीत !
याद राख वाटेल तीथे झोपलीस तर !"
अक्षरशः केसाला धरून गुंजाळ काका अरूणा मावशीला ढकलत होते.
मावशी रडत होती.
मावशीला अडगळीची खोली. नोकरांपेक्षा वाईट कपडे !
सगळे जेवल्यावर उरले सुरले तिला

राघव च्या हे आता लक्षात आले !
मावशी नेहमी रडते का हे कळले !
त्याने मावशीचे डोळे पुसले .
तीने घट्ट धरून त्याची पापी घेतली

तिथून ते काजल mom कडे गेले !
भुषण त्याच्याच बरोबरीचा
घट्ट मैत्री ! खूप खेळले !
वर्षातून दोनदा तरी भेटतच !
Mom ने मोठे बक्षिस देऊन खूप कौतुक केले.
Mom ला मावशीची व्यथा राघवने जमेल तशी सांगीतली

दोन दिवसात चक्क आईच Mom कडे हजर
दोघी मावशीकडे गेल्या .
काय झाले ते राघवला कळले नाही पण प्रत्यक्ष झाले ते असे

25

आजचे रामायण २५

काव्याला काजलकडून अरूणाची परिस्थिती कळली.
प्रा गुंजाळ ना काव्या ओळखत होती
त्यांच्याच collage ला Nuclear Physics शिकवायचे.
मग US मधे Johnson University तून बोलावणे आले व ते तेथे गेले.
अत्यंत बुद्धीमान पण अहंकारी.
त्याना भारतातील साधी मुलगीच पत्नी म्हणून हवी होती (का घरकामासाठी तेच जाणे !)
अरूणा त्यांच्या दुरच्या नात्यातील पण सुशील व अत्यंत सुंदर !
१२ वी पास होते तोच, मधुकर गुंजाळने भारतात आला , तेव्हा मागणी घालून तिच्याशी लग्न केले.

गुंजाळ बुद्धीमत्तेमुळे यशाच्या पायर्या चढत गेले व respected व्यक्तीमत्व झाले.
अरुणा तशी साधीच ! घर व पती हाच तिचा स्वर्ग. बिचारी सतत पतीसेवेत मग्न !
पती तापट ! ती सतत धाकात !
मधुकरचा अहंकार जास्तीच फोफाळला !

त्याला तिची बौद्धिक पातळी खूजी वाटू लागली.

खरे तर त्याने कधी तिच्याशी वेगवेगळ्या विषयावर बोलून पण पाहिले नव्हते.
किंबहुना तिला सतत धाकातच ठेवलेले.
तिला साहित्यात रूची ! गाणे गोड म्हणायची !
पण याला त्याच्या Science च्या प्राध्यापिका great वाटत !
तशात तो प्रसंग घडला !

वरूण इंगळे त्याचा मित्र !
नेहमी घरी येऊन "वहिनी वहिनी" करणारा.
मधुकरचा खास !
त्याचा Medicine trading business जोरात होता
त्याला मनोमनी अरूणा खूप आवडायची.पागलच झालेला
आपल्याच तंद्रीत धुंद असलेल्या मधुकरला हे कळलेच नाही.

एकदा seminar साठी मधुकर बाहेर गावी गेला असताना संधी साधू वरूण घरी आला.
मधुकरने Dinner ला बोलावले होते म्हणाला.
साहजिकच " हे घरी नाहीत पण आता जेऊनच जा " म्हणत अरूणाने त्याला जेवायला बसवले.
नेहमी येणारा मित्र, साहजिकच अरूणाला संशय आला नाही.
प्रथम त्याने अरूणाला साधारण जोखण्याचा प्रयत्न केला ,पण ती बधत नाही म्हटल्यावर शिताफीने तिच्या soup मधे tranquilizer टाकून ते आग्रहाने प्यायला लावले !
ती बेशुद्ध होताच त्याने काय केले हे कळले नाही.
सकाळी गुंगी उतरल्यावर पण आपल्यावर बलात्कार झालाय असे अरुणाला वाटले व ती प्रचंड घाबरली. तिने खरा प्रकार मधुकरला सांगितला , पण उशिरा ! तिचा पती होताच कुठे असा समन्वय साधणारा. हीच चूक तिला नडली.
वरूण ने उलटा प्रचार सुरु केला व तिची बदनामी सुरू केली.

मधुकर चा विश्वास बसला नाही पण त्याने घटस्पोट न देता मोठे उपकार केल्यासारखे घरात ठेवले, पण केवळ मोलकरणी सारखे वागवायला सुरवात केली !
तिच्या समोर उघड उघड इतर स्त्रीया आणू लागला !
इंग्रजी निट बोलता येत नाही. सर्वस्वी पतीवर अवलंबून, pass port पती कडे .
अरूणा असहाय्य झाली.

काव्याचे हेच तर कार्य होते. त्यातून अरुणा ला ती ओळखत होती.
असहाय्य स्त्रीयांना आधार द्यायलाच हवा !

काव्या - काजल , प्रा. मधुकर गुंजाळना भेटल्या
प्रथम ते दाद देत नव्हते,
पण काजलने atrocity on women च्या कायद्याचा बडगा दाखवताच घाबरले.
त्याना ती आता नकोच होती
passport देऊन "हिला घेऊन जा " म्हणाले !

स्वतः अरुणाची मानसिक तयारी करायला काव्याला खूप मेहनत घ्यावी लागली.
काव्या अरूणाला घेऊन भारतात आली व "शरयू "मधे काम दिले.
मुक्त झालेल्या अरुणाला नंतर खूपच आत्मविश्वास आला व ती चांगली गायिका झाली
आज तिचे Album आहेत ,

अशाच असहाय्य स्त्रीयांना स्वतःच्या पायावर उभे करणारा
"अहिल्या मुक्ताश्रम " मग भारतात व अमेरिकेत शरयू foundation तर्फे उभा राहीला
परदेशात अशा बर्याच असहाय्य महिला आहेत हे नंतर जो लोट सुरू झाला त्यावरून कळले !

भारतात तर "अहिल्या मुक्ताश्रम "हा मोठा आधार !

अरुणा या सगळ्याचे श्रेय सर्व प्रथम राघवला देते व मग काव्या काजलला !
"या छोट्या पोराने माझी व्यथा जाणली "
"काव्या - काजल दिदी तर देवीच" अरुणा सतत सांगते

तर राघवची कायम लाडकी अशी ही अरुणा मावशी.

26

आजचे रामायण २६

राघव १०वी व १२वी ला मेरीट मधे होता.

IIT jee मधे पण त्याचा rank ८ वा आला.

Chemical engineering मधे त्याला रस होताच.

पण वेळ मिळताच तो कारखान्यात जाऊन तो कामगारांसारखे हाताने काम करे.

यातच खरे अनुभव व शिक्षण मिळते असे त्याचे म्हणणे होते.

दिनेशने हे पाहिले की कुठलाही प्रश्न राघव मनापासून व मुळापासून सोडवे व मग प्रश्न हा प्रश्न न राहता आधार बने.

कारखान्यातली एक प्रक्रीया धोकादायक होती.

कधी reactor मधले तपमान व दाब वाढून स्फोटजन्य स्थितीला जाई.

मग safety alarm वाजत व प्रक्रीया बंद करावी लागे.

चुकून अलार्म वाजला नाही व तपमान दाब वाढले तर मोठ्या अपघाताची शक्यता.

हा प्रश्न सुटत नव्हता, पण राघवने सोडवला.

ही reaction सर्व जगात कमी तपमानात घेत ! पण यात एक घटक गोठे ! व तो जेव्हा वितळे तेव्हा तपमान वाढे. राघवने reaction चे तपमान

गोठण बिंदू पेक्षा जास्त ठेवले व तेव्हापासून सर्व सुरळीत झाले !
त्यामुळे आता सर्व कर्मचारी आपापले प्रश्न घेऊन राघवकडे येऊ लागले.
त्या प्रत्येकाचे राघव पूर्ण समाधान करे !

दिनेशची खात्री पटली , राघव कारखाने चांगले संभाळणारच नाही तर वाढवणार.
सर्व कर्मचार्यांचे भले करणार !

भुषण Mechanical engineer झाला. त्याला Automobiles आवडत
भुषण maintenance चांगला ठेवे !
राघव भुषण "शरयू" चे भविष्य होते .

दिनेश निश्चिंत झाला !

पण हल्ली त्याची तब्येत ठीक नसे ! काही खाल्ले की पोटात खूप जळजळ होई.
Endoscopy केली ! Ulcer तर नव्हता !
भूक कमी होऊ लागली ! अशक्त पणा आला !
प्रख्यात तज्ञ Doctor सान्यांनी त्याला तपासले व Bone merrow testing करायला सांगीतले.
Report यायची सारे चिंतातूर पणे वाट बाघत होते !

27

आजचे रामायण २७

एका आंतर भारतीय सेमिनार ला राघव बोलत होता.
विषय होता "वेद संस्कृती, आजचा भारत ,आरक्षण व घराणे शाही"
राघव बोलत होता
"वेद संस्कृती महान होती. खूप विचारांती जीवनमुल्ये व जीवन तत्वे बनवली गेली.
ही तत्वे व मुल्ये मूळ स्वरूपात आजही प्रेरणादाई आहेत
धर्मग्रंथांतील संकल्पना
गीतेचे जीवन ज्ञान
श्रम विभागणी ! ज्याला वेदकाळात वर्ण संबोधिले गेले. ब्राह्मण क्षत्रिय वैष्य शुद्र
वेदकालीन तत्वे सर्व वर्णांना समान मानत, न कोणता उच्च न नीच.
मुळात वर्ण हे कर्माधारित, जन्माधारित नव्हे !
पण काही स्वार्थी भ्रष्ट लोकांनी यात विकृती आणली. वर्ण जन्माधारित केले !
ही फार मोठी चूक होती
त्याने मानव मानवाचे तुकडे पडले .
धर्म वर्ण जात प्रांत या सर्वांमुळे मानवता नष्ट झाली
माणूस माणसापासून दुरावला

आम्हीच अतिशय वाईट असे प्रकार निर्माण केले जे मानवजातीला कलंक ठरले.
अस्पृष्यता , स्त्रीबंधने, सती, केशवपन, जरठकुमारी विवाह, हुंडाबळी
वेद काही लोकांची मत्तेदारी ? गायत्रीमंत्र स्त्रीयांनी म्हणू नये ? देवालयाच्या प्रवेशावर बंधने ?

वेदकालात असे काही नव्हते
गार्गी मैत्रैयी सारख्या विदुषी ज्ञानसंपन्न होत्या
अंबा दुर्गा लक्ष्मी शारदा, सर्व आदरणिय नारीशक्तीची रूपे
मुळात निसर्ग हाच सर्वश्रेष्ठ देव हे आम्ही विसरलो व कर्मठ कर्मकांडात सर्व ज्ञान हरवून बसलो"

या वर वाद झालेच
पण वाद घालणार्यांचा मुद्दा दंडुकशाही !
"आमचे पुर्वज काय मुर्ख होते का ?
हे परिस्थितीनिरूप जरुरी होते. आज अनाचार माजलाय " वगैरे

आरक्षणा वर राघव म्हणाला.

संस्कृतीत भ्रष्टता आली व आम्ही सफाई काम " नीच " समजू लागलो ज्यालाच आज आपण
"Sanitization" "Good hygiene " "Good manufacturing practice" म्हणून गौरवितो !
त्यामुळेच आज शहर गाव स्वच्छ दिसते
हे काम करणारे खरे तर महान आरोग्य सैनिक.
पण अजून कित्येक बुरसटलेल्या मनांना हे कळत नाही.
परदेशाप्रमाणे आपल्याइथे Sanitization ला अवाच्या सवा किंमत व प्रसंगी दंड भरावे लागतील तेव्हाच आम्हाला याचे महत्व कळेल .
कुठलेही मानवतेच्या भाल्यासाठी केलेले काम हे पवित्रच असते व त्यात उच्च नीच भाव नसतो

आरक्षण अन्न वस्त्र निवारा या साठी व या पुरतेच असावे .
दारिद्रय रेशेखालील जनतेला निवारा , अन्न व शिक्षण त्या त्या भागात सोई निर्माण करून द्यावे व तेथे " देवाची सेवा " म्हणून आपण सर्वांनी जाऊन मदत करावी.
मात्र या लोकांची पण जबाबदारी की योग्य ते शिक्षण , दिलेल्या सोईंनी घेऊन मग स्पर्धात्मक आखाड्यात स्वगुणांनी , कसलेही पांगुळगाडे , न घेता उतरावे !
कुठलिही मदत आर्थिक व योग्य व सपात्री असावी.

राजकीय घराणेशाही हा तर आमच्या संस्कृतीला लागलेला मोठा शाप.
आम्हीच घराणेशाहीला पुजतो व अनाठाई महत्व देतो
यानेच बर्याचदा अकार्यक्षम नेतृत्व येऊन आपली हानी करते
खरे तर कुठेही घराणेशाही नसावीच
कुठलेही पद हे कर्तुत्व सिद्ध करुनच मिळवावे "

या वर एकाने विचारले

"तुमचे वडील महान उद्योजक !
मग तुम्ही त्यांनी केलेल्या साम्राज्यावर घराणेशाही चा हक्क वापरणार का ?"
"याचे उत्तर काळच देईल !
कुठल्याही घराणेशाहीला माझा नेहमीच विरोध राहील "

“राघव चे परखड विचार सगळ्याना पटले नसतिल कदाचित,
पण सुधारक व नवी धारणा बनवणारे आहेत नक्कीच.” बर्याच जणांचे मत पडले

28

आजचे रामायण २८

Bone marrow test मधे कळून चुकले की दिनेशला Lukemia (blood cancer) आहे.
दिनेशचे वय ६०.
हा सर्व प्रभु कुटुंबियांवर मोठा आघात होता.
Bone marrow replacement कठीण होती.
डॉक्टरांनी फार फार तर दोन वर्षे निघतील असे सांगीतले.
दिनेश आता निरवा निरवीच्या मागे लागला.

सर्व भार राघव वर सोडण्याचे ठरवले.
त्याला लवकर सुन मुख पहायचे होते. पण राघव मनावर घेत नव्हता.
Gold medal मिळाल्याने देशी विदेशी कंपन्या राघवला भरघोस package वर घ्यायला तयार होत्या . पण त्याला नोकरी करायचीच नव्हती.

दिनेशने तर निर्णय घेऊन टाकला !
येत्या शेअर होल्डर जनरल मिटींग मधे राघवला Managing Director करून सर्व सुत्रे हातात द्यायची.
शेअर बाजाराने या निर्णयाचे स्वागत केले व Share च्या prices वाढल्या !

आणि ....

अमेरिकेहून काजल तातडीच्या कामासाठी भारतात आली !

29

आजचे रामायण २९

मुळात काजल महत्वाकांक्षी. पण तारुण्याच्या ऐनभरात दिनेशाच्या व्यक्तिमत्वाने भारावली व त्यासाठी सर्व विसरली.
पण वर्षे सरली व तिची महत्वाकांक्षा जागी झाली.

तिला तसेअमेरिकेतले विलासी जीवन चांगलेच मानवले.
पहिली ५-६ वर्षे ती काटेकोरपणे सर्व बंधने व संस्कार पाळून व शरयू आणि दिनेशशी पूर्ण इमान राखून ती रहात होती.
पण नंतर तिथले मुक्त वातावरण , Club life, Dance , पाट्र्या यात ती रमू लागली !

दिनेश ची तीची भेट वर्षातून एक दोनदाच होत असे. त्याने तिचे समाधान होत नसे.
हल्ली एक विचार सतत तिच्या मनात येई.

शेवटी आपली किंमत काय ? एक रखेल !
काव्या अभिमानाने भारतात दिनेश पत्नी म्हणून मिरविते.
मी सर्व सुखापासून वंचित
तिचे मग बिन दिक्कत तीन चार पुरूषांशी संबंध आले.
हल्ली जर्मन इंजिनिअर मार्टिन बेकर तिच्याशी संबंध राखून होता

त्यानेच तिच्या आभिमानाला खत पाणी दिले.

भुषण मधे मात्र कटाक्षाने दिनेश चे geans उतरले होते.
Mom ने त्याच्या पासून आपल्या भानगडी लपवण्याची काटेकोर काळजी घेतली होती.
दिनेश ड?ड व काव्या आई वर त्याची नितांत श्रद्धा होती.
राघव तर त्याचा भाऊ कमी व जीवलग मित्रच जास्त.
भुषण Automobile engineer झाला व Mom व Martin Uncle च्या सल्यानुसार जर्मनीला Stuttgard मधे training साठी गेला.

मार्टिनने Stuttgard च्या सहाय्याने Automobile व Softwares & laptop निर्मितीची कल्पना काजलच्या मनात भरवली.

काजल मग खूप विचार करत राहिली
काही दिवस तिचे वेगवेगळ्या बँक्स व कंपन्याना भेटण्यात गेले.
आता तिची विचारांची दिशा ठरली.
"Now or never " ती मनाशी म्हणाली.

30

आजचे रामायण ३०

काजलचे भारतात शरयु वाड्यावर नेहमी प्रमाणेच काव्याने थाटात स्वागत केले.
काळाच्या ओघात काजल दिनेशचे नाते आता सर्वसंमतच झाले होते.
काजल घरचीच झाली होती.
जुने आई बाबा कुणीच आता राहिले नव्हते पण त्यांनी पण हे संबंध स्वीकारले होते.
फक्त याला अधिकृत स्वरूप कायद्या मुळे दिले गेले नव्हते इतकेच.

दिनेशची खालावलेली प्रकृती पाहून काजल रडली.

भुषण जर्मनीला training वर होता

काजल बरोबर अमेरिकेतले शरयू international चे महाव्यवस्थापक मार्टिन बेकर व आर्थिक कोशाध्यक्ष John Russel पण आले होते

महत्वाची Director बोर्डाची meeting काजल ला तातडी ने करायची होती
दिनेशाच्या तब्येती मुळे अनिश्चितता निर्माण झाली .
पण दिनेशनेच meeting पुढे न ढकलण्याचा निर्णय घेतला.

जनरल बॉडी metting आठवड्याने होती.
त्या आतच काजलला ही meeting हवी होती.
महत्वाचे निर्णय घ्यायचे आहेत असे ती म्हणत होती
उद्य सकाळी १० वाजता सर्व board directors ना हजर राहण्यास सांगण्यात आले.
काव्या Director होती.
खास आमंत्रित राघव होता कारण तो भावी Managing Director होऊन कारभार हाती घेईल ही अपेक्षा होती !

काजलला असे काय proposal द्यायचेय याचिच उत्सुकता दिनेशला व काव्याला लागली होती.
साधारणतः अशा गोष्टी आधीच कुटुंबात चर्चिल्या जात.
या वेळी काही वेगळाच रंग दिसत होता .

खाजगी भेटीत दिनेशने काव्याला चाचपले.
पण "surprise ! जरा सबूर !" असे हसतच बोलून काजल ने त्याला टोलवले !
आता सकाळी १० ची वाट सर्व बघत होते

31

आजचे रामायण ३१

दिनेशचे आगमन होताच बरोबर १० वाजता बोर्ड मिटिंगला सुरवात झाली

Official सूट प?ट अशा डेकोरम मधे असून सुद्धा आजही ४५ वर्षाची काजल सुंदरच दिसते हे सर्वांना जाणवले, त्याही पेक्षा जाणवला तो तिचा उत्साह कसलासा निर्धार व आत्मविश्वास !

काय सांगायचे आहे हिला ? सर्वांना प्रश्न.

प्रथम तिने "शरयू" च्या उलाढाल व जमाखर्चाचा आढावा घेतला.

"१३१२ कोटींची उलाढाल ! सरत्या वर्षाचा ११२ कोटींचा net after tax नफा.

तिने दिनेश सरांचे आभिनंदन केले

अमेरिकेतील unit ची यातली उलाढाल ३२० कोटींची व फायदा ४५ कोटींचा

हे नक्कीच गौरवास्पद होते. काजल ने Unit नक्कीच छान संभाळले होते.

सगळ्यांनी टाळ्या वजवून काजलचे कौतुक केले

काजल पुढे बोलू लागली.

“खरे तर हे आकडे खूप समाधानी आहेत व शरयू अशीच पुढे चालू रहावी अशीच कुणीही अपेक्षा करेल,

पण नेहमी पुढचा विचार करावा . दिनेश सरांनी नक्कीच भक्कम पाया

उभारलाय.
आता वेळ आलेय त्यावर टोलेजंग इमारत उभी करण्याची, आकाशात झेप घेण्याची
नुसत्या paints Dyes व textile वर अवलंबून न रहाता दुसर्या क्षेत्रात जाण्याची.
Paints Dyes Textile मधे copetition खूप वाढतेय. पुर्वी Lidiya होती आज आपण आहोत.उद्या एखादा "निराला" paint येऊन आपला धंदा बसवेल आपण होत्याचे नव्हते होऊ.
आपण आताच Diversify व्हावे"

काजल च्या बोलण्यात तथ्य होते. दांडगा अभ्यास करून ती आली होती. काहीश्या निश्चयानेआपण आता खरेच वृद्ध झालो ही जाणिव दिनेशला जाणवू लागली !
राघव शांत होता

32

आजचे रामायण ३२

काजल पुढे बोलू लागली
"तेव्हा गरज आहे आपले क्षेत्र विस्तृत करण्याची
आतापासून Diversify होण्याची
नवीन संक्रमण शोधण्याची
यालाच paradime shifting म्हणतात
जे काळाची पावले ओळखून वेळीच बदल ओळखतात व त्याप्रमाणे सुधारतात तेच टिकतात
दिनेश सरांनी हे आजवर केले . आता आपली वेळ आहे . मुलांची वेळ आहे"

थोडे थांबून तिने अंदाज घेतला ,सगळे कान टवकारून ऐकत होते.

"एक क्षेत्र आहे Automobiles व Automation by computor
नवनवीन गाड्या येतायत व नवनवीन softwares बनतायत
एकंदर २ लाख कोटींचे वार्षिक world market आहे
आपला goal ४००० कोटींचा आहे
मला खात्री आहे हे शक्य आहे
त्यासाठी गुंतवणुक ६००० कोटींची आहे. Payout period ३वर्षे आहे.
पण हे पैसे आपण गुंतवायचे नाहीत.

तर त्यासाठी Allex international company आपल्याशी Treaty करायला तयार आहे.
अट एकच ,आपण Allex Sharayu India या नावाने ओळखले जाऊ.
त्याचा Auto part भुषण बघू शकेल
राघव paints dyes व Textile बघेल
सुरवातीला Auto ची उलाढाल ४००० कोटी तर शरयुची १५०० कोटी असेल "

"थोडक्यात Allex म्हणजे Auto चा वरचस्मा असेल व आपण दुय्यम असू का ?" सुमंतकाका GM नी प्रश्न उपस्थित केला.
"असेच काही नाही ! कुठल्याही उद्योगात महत्वाची असते bottom line ! निव्वळ नफा !
Allex शरयू उद्योगाचा निव्वळ projected नफा असेल १५०० कोटी !
करारा प्रमाणे ५०० कोटी शरयूला व १००० कोटी Allex ला जातील !
त्यात "Painrs dyes व textle" ला २०० कोटी व Auto ला ३०० कोटी मिळतील"

"कराराप्रमाणे म्हणजे ? करार कोणी केला ?" सुमंतकाका

आता आश्चर्य करण्याची पाळी सर्वांची होती.
"शरयू " च्या वतीने काजल Allex शी provisional करार करून मोकळी झाली होती
दिनेश ने दिलेल्या " Total power of attorny" चा तिने उपयोग केला होता ..

दिनेश ला धक्काच बसला. इतका मोठा निर्णय ! काजल परस्पर घेऊन मोकळी !
शरयू चे Allex मधे रुपांतर ! ....Without Share holder meeting.....

आता ही बातमी गुप्त ठेऊन Share holder meeting मधे approval घेणे भाग होते
काजल ते करायला तयार होती. .....भलतीच तयारीची !

दिनेशला आता एकच दुःख होत होते.
यात राघववर पूर्ण अन्याय होत होता.
सत्ता काजल भुषण च्या हातात रहाणार होती
याला challange आता राघवच करु शकत होता
राघव यावर काय बोलतो इकडे आता सर्वांचे लक्ष केंद्रित झाले
अपेक्षे प्रमाणे राघव आता बोलायला उठला .

33

आजचे रामायण ३३

राघव बोलू लागला

"सर्व आदरणीय संचालकांना अभिवादन
काजल mom ने एक महत्वपूर्ण निर्णय घेतलेला आहे
निश्चितच तो अभ्यासपूर्ण आहे
मी प्रथम हे सांगू इच्छितो की यात शरयूचे आर्थिक नुकसान नाही !
किंबहुना उलाढाल व नफा यात वाढच होणार आहे !
मुख्य म्हणजे भुषणला त्याच्या क्षेत्रात काम करायला मिळणार आहे.
काजल mom ने हे आधी बाबांबरोबर चर्चा करून ठरवले असते तर बाबांनी भुषण साठी नक्कीच हे मान्य केले असते
कदाचित शरयूचे नाव अबाधित राखून !

पण ढासळलेल्या बाबांच्या प्रकृतीमुळे mom ला हा स्वतंत्र निर्णय घ्यावा लागला असावा !
आपण mom चा हा निर्णय शिरोधार्य मानावा अशी माझी सर्वांना विनंती.

mom ने Allex शी करार केला आहे !
आपण याला विरोध केला तर "शरयू" च्या विश्वासार्हतेला

(credibility) ला तडा जाईल !
राजकारणात आपण नेहमी पाहतो की "विकास" नजरेसमोर ठेऊन एखादा सत्ताधारी पक्ष परदेशी कंपनीशी करार करतो पण सत्ता पलटली की दुसरा सत्ताधारी पक्ष आपले महत्व दाखावण्यासाठी त्या कराराचे काम चक्क थांबवतो व विकासाला खीळ घालतो.
या करारात भ्रष्टाचार असेल तर त्याची चौकशी करावी , तृटी असतील उपाय झटकन शोधावे पण विकास थांबवणे व crdibility घालवणे योग्य नसते , नितीमान नसते !
आपल्याला असे करायचे नाही !

या कराराचे आपण सर्व स्वागत करुया

मला खात्री आहे भुषण "Auto part" अतिशय उत्तम संभाळेल !
तो जर्मनी Stutgard येथे कसून मेहनत करतोय
नक्कीच तो यात यश मिळवेल.

शरयूचा आत्ताचा नफा ११२ कोटी होता
तो २०० कोटी होणारेय
आपण सर्वांनी या बद्दल mom ला धन्यवाद देऊया
हे नक्कीच कौतुकास्पद आहे
Momने आपले सारे जीवन " शरयू" ला वाहिले
त्याचेच हे फळ आहे
या वाढलेल्या नफ्याचा फायदा सर्व कर्मचार्यांना व भागधारकांना होईल

आता माझे मुख्य विचार मांडतो

"Allex शरयू Auto" चा कारभार भुषणने संभाळावा
तसेच शरयूचा कारभार mom ने आता भारतात राहून सुमंतकाकांच्या सहाय्याने पहावा !
अर्थात mom ला इथे रहायचे असेल तर !

अमेरीकेतल्या office साठी स्वतंत्र माणूस नेमता येईल.
मला स्वतःला काही वेगळेच करायचे आहे
आईने पुर्वी चंद्रपूरच्या जंगलात आदिवासींसाठी खूप जागा घेऊन त्यांचा विकास करण्याचे ठरवले
तिने तेथे खूप काम केले
मला तो विभाग समृद्‌ध करायचाय
आपण पहातो , मुंबई पुणे दिल्ली सारख्या शहरांची अवस्था प्रचंड वाढत्या लोंढ्यांमुळे बिकट होत चाललेय. प्रचंड गर्दी , प्रदुषित हवा, जीवघेण्या गर्दीचा लोकलचा प्रवास, Traffic Jam,
कामापेक्षा येण्या जाण्यातच जाणारा वेळ ,
आभाळाला भिडलेल्या जागांच्या किमती
यात भरडली जातायत सामान्य माणसे

याला उपाय एकच

"Smart Cities" every where.
मुंबईच का ? सगळी कडे छान शहरे !
घरा जवळ काम ! कामाच्या ठिकाणा जवळ घर !

आदर्श असे शहर मला आदिवासी भागात करायचय !
तो भाग उदाहरण म्हणून सर्वांसमोर ठेवायचय.
नवीन रामराज्य धरतीवर दाखवायचय !

मला या साठी तुम्हा सर्वांचे आशीर्वाद हवेत !

माझे हे विचार आपल्या सर्वांना पटतील व त्यासाठी आशीर्वाद मिळतील अशी अपेक्षा आहे

धन्यवाद "
...

34

आजचे रामायण ३४

राघवचे भाषण संपताच सगळे सुन्न झाले
तर काजल आश्चर्यचकित !
आपल्याला खूप विरोध होईल , भांडणे होतील असे तिला वाटत होते.
खरे तर करार झालाच नव्हता ! तिने दडपून खोटे सांगीतलेले !
पण तशी प्राथमिक बोलणी झाली होती व बाकी सगळे खरे होते.
आता बाकीचे काय बोलतात त्यावर पुढचे ठरवू असा विचार काजल ने केला.

दिनेशला प्रचंड दुःख झाले.
काजल मनाने इतकी दूर गेली ?
आपल्याला कळले ही नाही.
आपल्या मागे तीच लागलेली !
मोहात तीनेच पाडले !
नाहीतर काव्याबरोबर सुखात होतो की ?
तीची सर्वतोपरी काळजी घेतली
तीला पूर्ण स्वातंत्र्य दिले !
तीला दुसर्या कुणाशीही , अगदी भुषण झाल्यावर ही, लग्न करता आले असते
सुंदर तर आहेच !

अमेरिकेत पण मुले तयार होती !
पण हिने आपल्याला सोडले नाही
कायम प्रेमाची भाषा बोले !
नी आज हे असे ?

तिचा करार मोडायलाच हवा !
आगदी वाटेल ते compensation देऊन !
राघव वर अन्याय होऊ देता कामा नये
भुषणला पण धंदा काढून दिला पाहिजे
दोन्ही मुले सारखीच लाडकी !

पण आता राघवचे हे बोलणे !
राघवने पुर्वी अरूणाची व्यथा ओळखली
आज काजलची व्यथा !

पण माझी व्यथा ?
ती का नाही उमजत राघवा ... ?
मला तुम्ही सगळे आता एकत्र हवे अहात
एक दिलाने ! एका मनाने !

त्याला आठवला "श्री "
एक तरूण मुलगा , जो त्याच्या बरोबर काम करत होता
पाताळगंगा plant उभारला जात होता
श्री चे लग्न ठरलेले
आई बाबा गावाला वाट बघत होते
श्री जाणारच होता
पण Urgent inspection होते म्हणून राघवने त्याला थांबवले
राघवच्या two wheeler वरून दोघे जात होते
एका वळणावर truck ला चुकवायला राघव अचानक वळला व pillian
वरचा श्री उडून truck खाली आला !

चूक कुणाची हे सांगणे कठीण
अपघात असाच निश्कर्ष निघाला
पण श्रीच्या आई बाबांनी भावी पत्नीने हाय खाल्ली
राघवने दिलेली सर्व मदत नाकारली
आपली माणसे दूर गेल्याचे दुःख तुला कधीतरी जाणवेलच म्हणाले .

आता एक करता येईल !
काजल व राघव दोघांनाही समजवून , करार न मोडता, सगळ्यांना एकत्र बांधता येईल !

दिनेश बोलायला उठला !
तोच काय झाले कळलेच नाही पण जागीच कोसळला !
काव्या किंचाळली
सगळेच धावले !

35

आजचे रामायण ३५

दिनेश आधीच Lukemia ने बेजार. त्याला मनस्ताप असह्य झाला. BP वाढले
मेंदूत रक्तस्त्राव. परिणामी Coma !
जवळ जवळ brain dead ची स्थिती Dr सान्यांचे निदान.
काजल ला खूप वाईट वाटले !
"मीच कारण ठरले या सर्वास !
मला काही नको !
दिनेश बरा व्हावा !
कसलाच करार नाही !
मी खोटे बोलले !
आता कोण माफ करेल मला ?"

काव्या व राघव सोडून सर्वांनीच काजलला दोषी धरले !
अगदी भुषणने सुद्धा,
त्याने तर उघड उघड तोंडसुख घेतले ?

"Mom ! लाज आणालीस तू !
माझा निर्णय मला न विचारता ?
शरयू,चा निर्णय बाबाआई, राघवला न सांगता ?

का असे बोललीस meeting मधे ?"

काजल तर आता आत्महत्या करेल अशी काव्याला शंका आली
Sedatives देऊन काजलला शांत ठेवावे लागले !
सगळी घडीच विस्कटू लागली !

पण शांत होता राघव !
त्याने प्रथम Shere Holder General Meeting मधे Merger चा प्रस्ताव मान्य करुन घेतला
नफ्याचे projections व Auto मधील भुषणचे knowledge पटवून काजल व भुषण यांना अनुक्रमे Chairperson व MD म्हणून मान्यता मिळवून दिली.
आणि Shares च्या किमती वधारून दाखवल्या.
सर्व Share Holders चा एकच प्रश्न !
राघव का Charman MD होत नाही ?
"मी सल्लागार म्हणून आहेच ! माझे पूर्ण लक्ष असेल !
कंपनीचे नुकसान न होता कायम फायदाच होईल ही माझी कायम जबाबदारी राहील !
मला अजून मोठे कार्य करायचे आहे. कृपया मला ते करू द्या. विश्वास असू द्या !"

राघववर सगळ्यांचा पूर्ण विश्वास !
त्याचा शब्द रामवचन !
केवळ त्याच्या शब्दांमुळे विस्कटलेली घडी सावरली !

दिनेश चे आजारपण सोडले तर काजल भुषण मनापासून काम करु लागले
भुषणला तर भारत व शरयूवाडा नेहमीच आवडे.

आता अमेरीकन office मधे Martin Baker व John Russel नव्हते

भुषणने आपली विश्वासू माणसे नेमली. काजल भुषण आलटून पालटून तेथे जात व लक्ष ठेवत.
दिनेश कोमातच होता

राघवने चंद्रपूर ला जाण्याचे ठरवले.
काव्याच्या दिंडोशी गावात!
आदिवासींच्या राज्यात !

36

आजच रामायण ३६

घव दिंडोशीला आपल्या plot वर पोहोचला, १०० एकर च जंगल
आदिवासींना रहायला काव्यानेच परवानगी दिलेली. .छोटी छोटी पाले, अर्धे मुर्धे कपडे ! अंग झाकाय पुरते !

खपाटीला गेलेली पोटे, कुठे मोळ्या भाजी करवंद जांभळ विकून गुजारा. वीज नाही.

मातीच्या चुली ! काटक्यांचे सरपण. कंद उकडून गुजराण. पराकोटीची दैन्यावस्था

पण सारे मेहेनती, अंग मोडून काम करण्यास तयार.

बर्याच जणांकडे चांगल्या कला

लाकुडकाम, पत्थरकाम , वनस्पती औषधी जडी बुटी, गायन, नृत्य, पण सारे कवडीमोल चाललेले

दुःखांमुळे मोहाच्या दारूची लागलेली सवय जी त्यांची आणखी दैन्यावस्था करे!

काव्याचा झोपडी वजा चैतन्यवाडा म्हणजे मात्र त्यांचे देऊळ

काव्या कधी कुलुप लावत नसे.

आदिवासी वाडा आरशासारखा लख्ख ठेवत. वाड्यातल्या प्रत्येक वस्तूला पूजत !

राघव आला म्हणजे जणू देवदूतच आला

आपल्या घरात जे काही होते ते फळे दुध दही भाकरी झुणका ठेचा सारे

देवा साठी घेऊन आले. राघवला वाटले ,हे इतके निर्व्याज प्रेम ! या लोकांसाठी भरपूर काही केले पाहिजे !
यांना सुखी पाहिले पाहिजे ! त्याने सर्वांना पाराजवळ बोलवले व बोलू लागला

37

आजचे रामायण ३७

राघवने एकेक माणसाचा कुटुंबाचा जणू Interview च घेतला
एकच प्रश्न
"तुला काय करायला आवडत ?"
कुणी लाकडे गोळा करी व मोळ्या करून विकी , कुणाला फळांची माहिती, कुणाला फुलांची
कुणाला शेतीची चांगली जाण. कुणाला झाडपाल्याची औषधी माहिती, काही मातीची भांडी बनवत, काही तर चांगले कारागीर होते .अत्यंत सुंदर वस्तू झाडपाल्या पासून, झावळ्यांपासून बनवत ज्यांची बाहेर अफाट किंमत होती.
सगळी माणसे मेहनती होती !
मनाने सच्ची होती !
पण निसर्ग कोप , भूक, याने बेजार झाली.
आजारपण , रोगराई आली की दुःखी होत
मुख्य म्हणजे अशिक्षित अजाण होती. मग मोहाची दारु पीत !
अगदी बायका सुद्‌धा !

शहरातील दलाल , पुढारी , टुरीस्ट हे लोक येऊन पैसे फेकून याना कवडीमोलाने विकत घेत व बिघडवत.

गरज आहे यांच्या स्वत्वाची जाणीव होण्याची
आता तेच काम राघवला करायचे होते.
जंगलातला मध , सुका मेवा, हस्तकला , लाकडी खेळणी , वस्तु , furniture याना बाहेर काय किंमत आहे हे या बिचार्यांना ठाऊकच नव्हते.
यांच्या जीवावर पुढारी , दलाल गडगंज कमवत होते.
गरज होती हे सगळे बदलण्याची !
मानसिकतेत समाज व्यवस्थेत अमुलाग्र सुधारणा करण्याची !
पण हा रस्ता वाटतो तितका सोपा नव्हताच मुळी !

38

आजचे रामायण ३८

कुठला प्रश्न प्रथम हाती घ्यावा ?
राघव विचारात पडला
सर्वात प्रथम गरज होती ती आदिवास्यांना स्वत्वा ची जाणिव करुन देणे.
राघवने सर्वांना गोळा केले.
त्याच्या कडे भरपूर फळे दुध भाकर्या ठेचा जमा झाला होता.
सर्वांना प्रथम खाऊ घातले.
हेच तर मुख्य कार्य असते
राघव मनाशी म्हणाला
देव काय किंवा पुढारी काय. नावावर लोक भरभरून देतात. पण ते सर्व गरजूं पर्यंत पोहोचणे जरूरी.
ते न होता उगाच एखादा साठवून गडगंज होतो नी जनता उपाशी !

राघव बोलू लागला
“माझ्या प्रिय बंधू भगीनी माता पित्यांनो
सत्यनारायण देव पाहिलाय का कुणी ?”
"हां द्येवानू ! त्यो अंतू भट बुलावतो परसादाला ! त्यो फुलाचा तामनात बशीवलेला द्येव ! केळशीचे खूट !"
"बरोबर

ती पूजा , ती कथा ऐकलेय का कधी ?"

" हां द्येवानू ! तो लाकूडहारा साधूवाण्यालागी पूजा बगीतो ! मशी पूजा खरून लई मोटा व्हतो

"द्येवानु आमास्नी ती पूजा द्यावा ! आमी बी लय मोटे व्हयत"

"तीच पूजा मी तुम्हाला देणारेय."

सत्यनारायण देव म्हणजे तुमच्यातले सत्य ! तुमचे सत्व !

आपला भिकू नुसती लाकडे गोळा करतो ! मोळी बांधतो नी विकतो !

असे नाही करायचे., लाकडे वेगवेगळी करायची,जळाऊ, मऊ ,कठीण असे

आपल्याकडे चांगले कारागीर आहेत जे काठ्या, अपंगांसाठी लागणारे वॉकर्स, घरघुती सामान वगैरे बनवतात. आपण लाकडाच्या भुग्यापासून प्लायवूड करु

आता लाकडे घेऊन फिरायचे नाही तर या वस्तू प्रदर्शनात मांडू

हाच तुमचा सत्यनारायण

तो पावला की तुमची बरकत !

जसे लाकडांचे तसेच फुलांचे, गजरे वेण्या हार गुच्छ हे तर बनवूच

पण अत्तरे औषधे साबणासाठी सुगंधी द्रव्ये हे सर्व बनवायचे

एकही फूल फुकट घालवायचे नाही खूप महत्वाचे आहे.

भाज्यांचे सत्व काढून आपण सुप तर बनवूच

पण चोथ्याच्या तंतूंचा पण औषधी उपयोग आहे

आपल्याला निसर्ग जे देतो ते बहुमोल आहे

आपण त्यातला सत्यनारायण शोधून त्याची पूजा करु

मी या साठी सर्व तज्ञ मंडळीना बोलवेन

ते तुम्हाला सर्व शिकवतील. तुम्ही निसर्गाची लेकरे ! देवाचे धन !

तुम्हीच आता हा भाग समृद्ध करणार "

असे आतापर्यंत कोणी बोलले नव्हते .

समजावले नव्हते

जणू खरा देव इथे अवतरला !

सर्व भारावले !

39

आजचे रामायण ३९

सगळ्यात मोठा प्रश्न होता Electricity. जंगलात Electricity पोहोचलीच नव्हती.

राघव हार मानणार्यातला नव्हता.

त्याने भुषणला निरोप पाठवला

" जंगलात "Solar cell " बसवायचे आहेत. इथे भरपूर सुर्य प्रकाश असतो. उन्हाळ्यात तर ४७ degree तपमान असत. भरपूर Electricity मिळेलसध्याची गरज ७० panels ची आहे

ते ७०००० kwh power महिन्याला देतील अशी अपेक्षा आहे.

त्यामुळे इथले प्रत्येक खोपट उजळेल.

अपेक्षित खर्च ७० लाख रूपये आहे Mom ला सांगून सरकारी subsidy मिळवा.

जाहिरात देऊन sponcerers शोधा

Panels लवकर बसवायचे आहेत"

अन्यथा हा खर्च आपण करु"

भुषण- काजल ला हे काम फारच आवडले लगेच हातात घेतले

वेगवेगळ्या कंपन्यांना बोलावले.

एका कंपनीने छान idea दिली.

"सर्व खर्च आम्हीच करु ! Electricity MSEB ला विकू ! आमचे पैसे सुटतील .

आम्हाला ५ लाख महिना मिळतील.
आदिवासीना तीच वीज MSEB 30 unit पर्यंत मोफत देईल . त्यावर त्यांचे घर सहज चालेल ."
हे तर फारच छान झाले .
आता ३ महिन्यात वस्ती उजळणार होती.
दुसरा प्रश्न पाण्याचा
त्यासाठी गरज होती पाणि जिरवण्याची
येथे ५०-६०" पाऊस पडे. पावसाळ्यात पाणिच पाणि. बेभरवशाच्या पाऊस
कधी ओला दुश्काळ तर कधी अवेळी गारा मारा ! शेतकरी हवालदिल
गरज होती सगळ्यात खालची जमिनपातळी शोधून तेथे पाणि साठवण्याची व जिरवण्याची
Contour Survey केला. एका जमिन पातळी वर आता पावसाचे सर्व पाणि साठणार व जिरणार होते.
तेथे मोठ्या borewell लाऊन आता बारामाही पाणि मिळणार होते
बळीराजा बारामाही पीक घेऊन सुखी होणार होता
आता ओला दुश्काळ व अवेळी पाऊसाची भिती नको ,सिंचन पद्धतीने हवे तसे पीक काढायचे
निसर्ग मुक्त हस्ते देतो. आम्हाला घेता आले पाहिजे.
हे सर्व करता येणे शक्य वाटले कारण निस्वार्थी इच्छाशक्ति.
आणि इथेच दोन मोठे अडथळे होते
पहिला येथील नक्षल वाद
त्याच्याच इच्छेवर बरेच काही
दुसरे राजकारणी
त्याना सगळे श्रेय व भरपूर मलिदा हवा !
कामा पेक्षा अतोनात खर्च दाखवायचा !
प्रश्न सतत रेंगाळत ठेवायचे ! सोडवायचेच नाही !
जनता "गरीबच " ठेवायची ! नुसती आश्वासने व भाषणबाजी !
इथेच राघवला संघर्ष करावा लागला

40

आजचे रामायण ४०

येथील गरीब आदिवासी व शेतकर्यांचे, सावकार व जमीनदार शोषण करत.

त्याना गुरासारखे वागवत. पैशाच्या जोरावर अत्याचार करत.

वेठबिगारी म्हणजे वंशपरपरागत मोफत कामे करुन घेऊन त्याना रगडवत !

या विरुद्ध ही चळवळ सुरू झाली, तिने हिंसक रूप घेतले.

मग जमिनदार सावकाराना सरकारने रक्षण दिले म्हणून सरकारी आधिकारी , पोलीस यांच्यावर हल्ले सुरू झाले.

भांडवलदारांवर दरोडे घालून पैसे लुटणे सुरु झाले.

राघव उद्योगपती ! भांडवलदार ! भरपूर मालदार !

त्यामुळे नक्षलवाद्यांचे लक्ष गेले.

एके रात्री १०-१२ जीप मधून १००एक नक्षल वाद्यांनी राघवला सशस्त्र घेरा घातला.

राघव शांतपणे बाहेर आला.

आदिवासी राघवला वाचवायला जीव द्यायला पण तयार होते पण मग रक्तपात आटळ होता

राघवला हे टाळायचे होते.

"काय हवे तुम्हाला ?" राघवने विचारले

"लई गब्बर हायस तू ! पर हीत आम्हास भी लय काम करावच ! लोकास

पोटाक अन्न नाय ! र्हावाक खोपट नाय !
१ खोका द्याचा !"
१ कोटी रुपयांची मागणी.
"हे बघा मी तुमचे सगळे प्रश्न सोडविन ! घर, अन्न , कपडा, शिक्षण , धंदा सगळे मिळेल !
विश्वास ठेवा !"
"लय बगीतले ! पैका टाक मंग कायबी कर !"
एकाने राघववर बंदुकच रोखली.
"पैका देणार नाय पण खोटे बोलत नाही "
"त्ये चालणार नाय ! पैका दे , न्हायतर फुटायच हितन !काय समजलाव !"
काही आदिवासी भडकले ! बंदुकधार्याला मारायला धावले.
नक्षल वाद्यानी हवेत बार उडवून अदिवास्याना घाबरवण्याचा प्रयत्न केला.
परिस्थिती स्फोटक झाली
खून खराबा होणारच असे वाटू लागले.
तोच काळा कभिन्न आडदांड हणम्या वनारसे तेथे सुसाट वेगाने आला !

41

आजचे रामायण ४१

"थांब लक्षा" हणम्या ओरडला ?
हणम्याचा आवाज ऐकताच सगळे नक्षलवादी जागीच थबकले !
" धनी ! तुमी कवा सुटलाव " काही ओरडले
हणम्या lock up मधे होता ! एका दरोड्याच्या आरोपात ! बेलवर सुटला
,
वस्तीवर गेला तो कळले लक्षा दिंडोशीत चैतन्य वाड्यावर गेलाय !
बिजली सारखा जीप घेऊन आला !
चक्क राघवला पाय पकडून मुजरा केला.
"माय कुट हाय ?" हणम्या
"आई आली नाही ! बाबा आजारी आहेत "
"लई वंगाळ बातमी भावा ! माय आमची देवी हाय ! मले लई येळा वाचीवलाय !
पोलीसची गोली पायाक लागली ! माय मागे लपलो !पोलीस गेल !"
साथीनो ह्यो राघव आपला हाय ! माझा भाव ! त्येला सलामी द्या "
सगळ्या दरोडे खोरांनी बंदुकीच्या गोळ्या हवेत उडवून सलामी दिली. दिलजमाई झाली
आदिवासी मित्राना मिठ्या मारल्या. वस्तीवर जेऊन गेले. आदिवासींना नवे मित्र मिळाले !
हणम्या बोलला, " देवा , संकृ या गावचा ! आता मी त्येला तुझ्या संग

ठेवतो !
कंदी बी वक्ताला संकृ संग सांगावा टाक ! म्या हाजीर !"
"हणम्या आडदांड पण दिलाचा सच्चा ! नक्कीच चांगला मित्र मिळाला !
पण या नक्सलवाद्यांना पण नीट मार्गावर आणले पाहिजे"
राघव विचार करू लागला !

42

आजचे रामायण ४२

आदिवासींना झाडापाल्याची चांगली माहिती. कुठल्या रोगावर कुठले औषध त्याना माहिती.

हे कुठेही लिहीले नव्हते. वंशपरंपरागत चालत आलेले ज्ञान.

पण आता येथे असा जाणकार आणण्याची गरज होती जो याचा उपयोग करुन औषधे बनवेलच पण ईस्पितळ पण चालवेल..

कुणी आयुर्वेदाचार्य या भागात येणे जरुरीचे होते.

राघवने सर्व ठीकाणी जाहिराती दिल्या. काजलने प्रयत्न केले.

पण कुणी आदिवासी भागात येईना !

राघव निराश झाला.

त्याला इथे "चेतनौषधी"नावाने औषधे तयार करायची होती

"चैतन्य सुश्रूषालय" काढायचे होते !

बरेच दिवस गेले

एक दिवस मात्र एक म्हातारबुवा आपल्या तरुण नाती सह अवतरले.

"मी विष्णू शास्त्री ! आयुर्वेद पंडीत ! इथे काम करायला आलोय !

ही माझी नात सीमा ! माझी मदतनीस !"

राघव दोघांकडे बघतच राहिला !

विष्णू शास्त्री बुवा असेच वाटत होते ज्यांच्या शोधात राघव होता !

आणि सोबत ही इतकी सुंदर सोज्वळ मुलगी ! या जंगलात !

43

आजचे रामायण ४३

आबासाहेब रावराणे Medical collage,
वर्ध्याला आबासाहेबांनी बांधले !
आबासाहेब १० वर्षे मुख्यमंत्री !
ते हृदयविकाराच्या झटक्याने गेल्या नंतर घराणेशाही नुसार रावसाहेब मुख्यमंत्री !
रावसाहेबांचा प्रचंड दरारा व नाव !
निवडणुका कश्या जिंकाव्यात हे त्याना पूर्ण ठाऊक
अल्पसंख्यांक , दलित , अशिक्षित व पैशाने विकले जाणारे सर्व भरभरुन राव साहेबांच्या पक्षा ला मते देत !
सुडाच्या राजकारणात रावसाहेब पटाईत
विरोधात कुणी गेला की त्याच्या घरादारावरून नांगर कसा फिरवायचा, खोटे नाटे आरोप लावून विरोधकांना आत कसे टाकायचे, खंडणी कशी वसूल करायची
विकास कामांचे नुसते नाव देऊन प्रत्यक्षात tax चा पैसा भरभरून लुटून त्यातून अलगद कसे निसटायचे यात रावसाहेबांचा हात धरणारा जगात कोणी नसेल !
दुःखाची गोष्ट हे सगळे जनतेला कळून वळत नव्हते
कारण एकच !
पैशाचे व मतांचे राजकारण रावसाहेबांना जमले होते.

सर्व भ्रष्टाचार करून ते कुठेच सापडत नव्हते !

आता युवराज राजन रावराणेंचा उदोउदो चालू आहे
रावसाहेबांच्या बरोबरीने युवराजांचे सर्वत्र फोटो
प्रत्यक्ष युवराज night club मधेच जास्त रममाण !

आज मेडीकल college च्या वार्षिक समारंभास युवराज राजन रावराणे प्रमुख पाहुणे !
Stage वर नाटक चालू होते !
तुझे आहे तुजपाशी चा ३रा अंक !
युवराज मुद्दाम जरा उशीराच आले !
आपल्या आगमनानी कार्यक्रम थांबतो , लोक उठून उभे रहातात नी आपला ego सुखावतो
पण आज तसे झाले नाही
नाटक खूपच रंगलेले
पुलं चे नाटक
काकाजी, शाम भरपूर हशा टाळ्या घेत होते
तोच गंभिर part आला
गीता वर "नटल्या मुरडल्याचे"आरोप कर्मठ आचार्यांनी केले
नी सुरु झाले गीताचे स्वगत !
"अप्रतिम ! " सगळ्यांना वाटले
कोण ही सुंदर हुषार मुलगी !

खरे तर आपला मान राखला गेला नाही म्हणून युवराज चिडलेला !
वाटच लावणार होता एकेकाची ! पण आता गीताला पाहून त्याने बेत बदलला.
आत जाऊन "गीता"चे कौतुक करायचे. मोठे बक्षिस जाहीर करायचे.
तो आत गेला.
सगळी पात्रे भेटली पण गीता दिसेना.
"गीता" चे काम कुणी केले ? कुठे आहेत त्या ? बोलवा ना ?"

"ती सीमा शास्त्री ! येईल fresh होऊन "
इतक्यात सीमा आलीच
भरपूर मान मिळण्याची सवय असलेल्या युवराजचा सीमा कडून अपेक्षा भंगच झाला !

"खूप छान अभिनय!अभिनंदन!" म्हणून युवराजने Shake hand साठी हात पुढे केला तर तिने लांबुनच नमस्कार केला !
युवराजला कुठलीही मुलगी "पटते" असा अनुभव !
हे प्रथमच घडत होते !
आता हिला गटवायचीच !
युवराजने ठरवले !

44

आजचे रामायण ४४

दुसरे दिवशी एक ड्रायव्हर सीमाकडे एक भला मोठा पुष्पगुच्छ एक भेटवस्तू व एक पत्र घेऊन आला. भेटवस्तू - अत्यंत महागडा हिर्यांचा हार.
पत्र असे

"प्रिय सीमा
तुझे कालचे नाटकातले काम खूपच आवडले
त्यासाठी हे छोटेसे बक्षिस पाठवत आहे
त्या निमित्त आज संध्याकाळी hotel Blue Diamond मधे Dinner आयोजित केले आहे
जरुर ये
संध्याकाळी ७ वाजता गाडी पाठवेन. Dinner ला वाट पहात आहे

तुझे काम आवडलेला

राजन रावराणे"

संध्याकाळी ७ वाजता driver हजर.
सीमाने त्याच्या बरोबर भेट परत पाठवली व पत्र लिहीले

"आदरणीय श्री राजन रावराणे
आपल्याला काम आवडले याचा आनंद झाला
पुष्पगुच्छ स्विकारीत आहे
मोठ्या भेटवस्तू मी घेत नाही सबब परत करत आहे, राग नसावा !
कृपया एक मुलगी असल्या मुळे बाहेर हॉटेल मधे मी येऊ शकत नाही ,
समजून घ्याल ही अपेक्षा
धन्यवाद.

सीमा शास्त्री"

त्यानंतर सीमाला राजनचा फोन आला

"तुमचा काही गैरसमज झालेला दिसतोय !
Dinner party तुमच्या सर्व नाटकाच्या group ला होती .
सर्व आले होते .तुम्हीच नव्हतात म्हणून वाईट वाटले.
भेट नाकारण्याचा शालीन पणा आवडला
मैत्री कराल का ?"
"तुमच्या पत्रात group dinner आहे असा उल्लेख नव्हता
मला सुद्धा इतर कुणा काम करणार्या मैत्रीणीचाचा या साठी फोन पण आला नाही .
मी एकटी कुणाबरोबर हॉटेलात जात नाही"
"मैत्रीचे काय ?"
"माफ करा ! मला हे जमत नाही ! मला मैत्रीणी आहेत ! मित्र नाहीत .
मी एक मुलगी आहे !"
राजन आता मात्र चिडला
मग सुरू झाले सीमाला त्रास देणे
कुणी कुणी गलिच्छ फोन करे ! धमक्या देई ! निनावी अश्लील पत्रे
पोलीस तक्रार लिहून घेत पण पुढे काहीच होत नसे.
Medical College रावसाहेबांचेच.

पहिल्या परिक्षेच्या Viva मधे सगळी उत्तरे नीट देऊन पण सीमाला चक्क नापास करण्यात आले.
घरावर दगड फेक ! त्यात सतत फोन.
"तुमच्या त्रासातून तुम्हाला राजनच वाचवतील . त्याना भेटा"

मुळात असा बाहेर ख्याली युवराज सीमाला अजिबात नको होता !
सीमा ने चक्क collage सोडून दिले

सीमाचे आई वडील लहानपणीच अपघातात वारले. विष्णु शास्त्री आजोबा
त्यांनीच तीला वाढवले.
आजोबा गाढे आयुर्वेदाचार्य !
सर्व चरक , सुश्रूत संहिता पाठ व त्याप्रमाणे औषधे बनवणारे
सीमा जात्याच हुषार व सुशील
मेरीट मधे येऊन रावराणे medical collage ला आली, तर हे असे.
विष्णु शास्त्रींकडे लोक येण्याचे पण धमक्या देऊन बंद झाले.
वर्ध्यात जगणे असह्य झाले !

तेवढ्यात त्याना राघवची जाहिरात दिसली व ते सीमाला घेऊन येथे आले !

45

आजचे रामायण ४५

राघवने सर्व आदिवासी मुलांसाठी अभिनव शाळा काढली
तरूण धडाडीची अशी जवळपासची साधारण शिकलेली मुले मुली शिक्षक म्हणून मिळाले, जे इथे झोपडीत राहून शिकवायला तयार होते

शाळेचे तत्व एकच
अभ्यास पुस्तकात नसतो
निसर्गात असतो
धडा उघड्या वातावरणात शिकायचा
शास्त्रीय तत्वे पाठ करायची नाहीत तर प्रत्यक्ष वापरून पहायची
त्याचे प्रयोग करायचे , त्याचे project मनाने बनवायचे
घोकंपट्टी करुन ९५ टक्के मिळवून ज्ञान मिळत नाही
ज्ञान मुळ तत्व समजून घेण्यात असते
तत्व नीट समजते तोच ज्ञान वापरू शकतो
ते कसे वापरायचे कळले नाही तर बाहेरच्या जगात आपण शुन्य ठरतो
उलट जो ते ज्ञान प्रथम वापरून बघतो , तत्व नीट समजून घेतो , त्याच्या डोक्यात ते पक्के बसते व भले मार्क कमी असतील पण तो जगात नक्कीच खूप काही चांगले करून दाखवतो

राघवाची शाळा म्हणजे प्रयोगशाळा, छोटी छोटी उद्योग केंद्रे होती

इथे मुले हाताने काम करून शिकलेले ज्ञान वापरून वस्तु बनवत,
तीच त्यांची परीक्षा
कविता धड्यांवर नृत्य नाट्य प्रवेश
इतिहास भुगोल चित्ररुपाने
गणित व्यवहारात कुठे कसे लागते व ते कसे वापरावे हे समाजावले जाई
सर्व उदाहरणे व्यावहारीक ! रोजच्या वापरातील !
सीमा हे पाहून थक्क झाली !
इतकी सृजनशीलता ! इतकी खोल ज्ञानाची जाणिव !
ही शाळा नव्हे ज्ञानाचे खरेखुरे मंदिर होते.
छोटी छोटी मुले आवडेल ते म्हणजे सुतारकाम लोहारकाम ,यंत्र जुळवणी, बागकाम, कसरती, वैद्यकीय कामे, नृत्य , अभिनय,गायन सगळ्या ६४ कलांपैकी आवडेल ते मनापासून आनंद घेत शिकत होती
प्रत्येकाला जरूरी पुरते बाकी विषयांचे आवश्यक ज्ञान मिळतच होते
पण भरपूर आत्मविश्वास व आनंद मिळेल हे पाहिले जात होते

असे शिक्षण सर्वत्र कधी मिळेल ?
का मुलांना वर्गात कोंबून जीवघेण्या रट्टामारु मार्कांसाठी पालक आटापीटा करतात ?
सीमाला प्रश्न पडला
हिरिरीने वेळ मिळेल तशी ती शाळेत रमू लागली
आजोबांचे वैद्यकीय ज्ञान पण प्रयोगासह दाखवू लागली
तिची शिकवण्याची पद्धत राघवला खूपच आवडली.

"आपण मेडीकल collage ला होता न ?
का अर्धवट सोडले ?" राघवने एकदा विचारले.
उत्तरादाखल सीमाच्या डोळ्यात पाणी व अन्यायाचा राग एकाच वेळी राघवला दिसला !
तीची कथा ऐकून राघव म्हणाला,
"हे बरोबर नाही !अन्याय जुलूम गाडलाच पाहिजे !
आता मी बघतो काय करायचे ते ."

46

आजचे रामायण ४६

राजनचा अती private फोन वाजला. हा फोन secret होता. फक्त "खास"व्यक्तींनाच हा माहिती.
अती महत्वाचे निरोपच या वर येत. राजनने फोन लगेच उचलला

"सर, एक विनंती !" राजन आश्चर्य चकीत ! आवाज अनोळखी !
"कोण बोलतय ?"
"ते महत्वाचे नाही ! निरोप खास आहे ! सीमा शास्त्रीला पास केल्याचे, दिलगीरी व्यक्त करून, लगेच university ला कळवायला सांगा ! प्रकरण गंभिर आहे ! अंगाशी येईल !"
"माझा काय संबंध ! University chancellor ला कळवा !"
"दोन दिवस ! दोन दिवसाची मुदत देतोय ! "
"धमकी देतोयस ? मला......? कोण आहेस तू ? वाट लावेन तुझ्या मायला....."
"शीव्या मला पण येतात ! फक्त दोन दिवस ! "

फोन कट

राजनने ताबडतोब MTNL, पोलीस कमिशनर, Intelligence ना फोन करून कुठून कसा फोन आला शोधायला लावले.

फोन public booth वरून आलेला . आसपासच्या कुणी याबद्दल माहिती देऊ शकत नव्हते !
समोरचा पानवाला खबर्या , पण नेमका तो त्या वेळी जागेवर नव्हता !

राजन ने "भाई" ला फोन लावला
" भाई , धमकीचा फोन ! खतम खर ! "

दोन दिवस गेले

परत फोन

आता फोनला trap लावलेला !
"मुदत संपली ! आता action"

फोन cut.
इतक्या कमी वेळात trap काहीच करु शकला नाही.
राजन सावधगीरी म्हणून farm house वर गेला.
हा त्याचा कडेकोट किल्ला ! कडक security.
बाहेर garden मधे भयानक German Shephard कुत्री पाळलेली व मोकळी सोडलेली!
राजनला हवे ती व्यक्ती आत येणार असेल तरच कुत्रांना बांधले जाई.
अन्यथा ते नरडीचा घोट घेत.
राजनची कुत्री जीव की प्राण ! त्यांचा भयानक दरारा ! राजन शांत झोपला

सकाळी उठला तर चादरीवर चिकट काहीतरी लागलेले
चादर ओढली तर ....
त्याच्या दोन्ही German Shephard कुत्रांची मुंडकी.
राजन अवाक्
किती वेळ तोंडातून शब्दच फुटेना .

बाजुला चिठ्ठी

"काम न झाल्यास कुत्र्याच्या मार्गाने जाशील "

इतकी पहूच......... ? माफीयाच्या वरताण ......? खरच हे बोलतील ते करून दाखवतील !

राजनने घाई घाईने फोन फिरवून university chancellor ला "सीमा शास्त्री बद्दल collage ची गफलत झाली व तिला ताबडतोब पास करा " असे सांगीतले .

जय हणम्या वनारसे !

47

आजचे रामायण ४७

University चे दिलगीरीचे पत्र सीमाला रवाना झाले

"नवीन computor मधे feeding ची चूक झाल्याने चुकीचा निकाल दिला त्या बद्दल क्षमा मागून ताबडतोब पुढील अभ्यासक्रमाच्या terms भरण्याचे व सर्वतोपरी सहाय्य करण्या चे सुचित करण्यात आले ."
सीमा कडून वर्ध्याच्या घराची चावी संकृने घेऊन ठेवलेली होतीच.
लगेच त्याच दिवशी सीमाला जंगलात पत्र मिळाले.
तिला आश्चर्य वाटले व तीने ते लगेच आबा व राघवला दाखवले.

"खात्रीच होती हणम्या काम करणार " राघव मनात म्हणाला व हसला !

"चला सीमा mam ! आता वर्ध्याला जायच नी शिक्षण पूर्ण करायच" राघव
"छे ! मी नाही तिथे परत जाणार ! ते फोन, धमक्या, पत्रे , पाठलाग परत चालू होईल !
मला भिती वाटते. ....आणि खर तर मला इथेच आवडते.......
सोडून जायचे नाही "

सीमाची ही लाजरी भाषा , चेहर्यावरचे भाव बरेच काही सुचवत होते !
राघवच्या मनाला प्रथमच इतक्या गुदगुल्या झाल्या
पण तो निग्रहाने म्हणाला

"हे चालणार नाही ! तूम्ही एकट्या नाही ! सोबत आपली हरिणी आहे !
ती तुझी सर्व कामे करेल
शीवा ला मी तुझ्या घरावर व तु जात असताना पाळत ठेवायला सांगीतलय!
कुठलाही फोन धमकी पत्र आले की सरळ शीवा कडे द्यायच .
तो सर्व बंदोबस्त चोख करेल !"

हरिणी सीमाच्याच वयाची दणकट पण गोड मुलगी . सीमाची जीवलगच झालेली
शीवा तर आडदांड नी प्रेमळ. सीमाचा सख्खा भाऊच जणू.
हे दोघे असताना कसली भिती !
पण हा वाडा सोडायचा ....?

"आपण म्हणाल तसे ! आपल्या शब्दा बाहेर नाही !" सीमा कष्टाने म्हणाली
"चांगली लवकर शीक नी परत इथे ये !
आम्हाला पण तुझी उणीव जाणवेल " राघव चक्क एकेरीवर आला
त्याच्या देहबोलीतूनच सीमाला संदेश मिळाला

अबोल भाषाच कधी खूप बोलते !

विष्णू शास्त्री बुवांना तर हे जंगल व राघव म्हणजे स्वर्गच वाटला होता !

त्यांना हवे ते कार्य क्षेत्र !
आता त्याना इथून हलायचे नव्हते इतके ते कामात गढलेले !
त्यांनी सीमाला परवानगी दिली

सीमा वर्ध्याला परत collage ला join झाली !

Dr दमखाडे ज्यांनी तिला नापास ठरवले होते ,ते collage व हॉस्पिटल सोडून गेलेले

सीमाचे सर्व विद्यार्थीवर्गाने व collage ने स्वागतच केले.

दोन व्यक्ती मात्र प्रचंड धुमसत होत्या
रावसाहेब व राजन !
पहिल्यांदा त्यांच्या साम्राज्याला आव्हान दिले गेले होते !

48

आजचे रामायण ४८

अखेर तो दुःखद प्रसंग आलाच
दिनेश हे जग सोडून गेला.
सर्वांची मानसिक तयारी तर झाली होती .
काव्या सगळ्यात जास्त दुःखी झाली
राघव ने येऊन भुषण सह सर्व विधी केले

१५ दिवस गेले नी भुषणने पुन्हा राघवला शरयूचा कारभार पहायला सांगीतले.
काजलला पण राघव हवाच होता
पण राघवने दोघांनाही समजावले व दिंडोशीतच खरे आव्हान असल्याचे पटवले.
काव्याने दिंडोशीला जायचे ठरवले. दिंडोशी तिचीच तर होती.
राघवला आनंद झाला.

विषय निघाला सीमाचा ! सर्वांना गुपीत कळले होते. सर्वांनाच सीमाला पहायचे होते !
मग सारेच तेथे आले.
राघवने केलेला तिथला कायापालट विस्मयकारक वाटला.
काव्याला तर किती पाहू नी कुणाला भेटू असे झाले.

आदिवासींचा आता राघवदादा देव झाला होता.
त्यात "माय" आलेली.
जो तो येऊन मायपुढे लोटांगण घालून डोके ठेवी
हणम्या पण धावत आला.
माय ला पाहून त्या पहाडा सारख्या माणसाचे डोळे पाण्याने भरून आले.
मायचे पाय त्याने घट्ट पकडले !

विष्णू शास्त्री सारखा तेजपुंज माणूस पाहून सर्वांची खात्रीच पटली की राघवची निवड अचूक आहे.

राघव व सीमा एकमेकांसाठीच आहेत

काव्याने शास्त्रीआबांकडे रीतसर मागणी घातली

सीमाला बोलावण्यात आले
पुष्पफुलांनी आदिवासीनी मंडप सजवला
काजलने गुलाबी पैठणीने सीमाला सजवले .
छान आदिवासींचे नाच गाणे झाले व राघव सीमाचा वाड्ंगनिश्चय थाटात केला गेला

सीमाचे शिक्षण पूर्ण होताच लग्न लावायचे ठरले.
त्यात एक घोळ !
सीमा बरोबर तीची मैत्रीण श्रूती आली होती .
सीमा तशीच तीची मैत्रीण !
मग भुषण चे लक्ष विचलीत का होणार नाही ?

सीमा, काजल, काव्या सगळ्यांच्या ते लक्षात आले
सीमाने श्रूतीचा कानोसा घेतला .
तर तिची पण अवस्था वेगळी नव्हती....... !

श्रूतीचे आई बाबा इथे नव्हते ! बंगलोरला होते !
मग हा साखरपुडा मुंबईला करण्याचे ठरले !
इथे आनंदाचा महापूर आलेला
तिथे रावसाहेब राजनचा तीळपापड झालेला !

49

आजचे रामायण ४९

राघवच्या प्रयत्नांना चांगले यश येऊ लागले.
चांगल्या बीजाची फळे गोड चांगली
आदिवासींच्या झोपड्या प्रकाशाने झगमगल्या
सार्वजनिक TV मुळे का होईना त्यांना जग काय आहे हे कळू लागले
पाणि आता बारामाही व मुबलक !
शेत कायम पीके देऊ लागले.
त्यातून राघवने चांगल्या शेती तज्ञांच्या मदतीने सेंद्रिय खत तयार करून तेच वापरायला शिकवले.
भलती कृत्रिम किटकनाशके टाळून गोमुत्रापासून बनवलेली फवारणी वापरली त्यामुळे किडे लागून देत नसत व pesticides चा धोका ठळला
.
गावकरी आता खरच Organic शेती करु लागले व त्याला चांगलीच मागणी होती , विशेषतः मोठ्या शहरांतून !
दिंडोशीच्या भाज्या व फळांना भरपूर मागणी !
राघवची शाळा तर सर्वत्र प्रसिद्ध झाली.
राघव pattern तर सर्वत्र व्हावे अशी चर्चा सुरू झाली.

हे सर्व दोन वर्षात घडले जे स्वातंत्र्य मिळून इतकी वर्षे झाली तरी झाले नव्हते

गावकर्यांना असे वाटे की मायने देऊळ बांधले व प्रत्यक्ष देवच अवतार घेऊन आला.
आता तर माय पण आलेली !

चैतनौषधी ची सर्व उपकरणे आली होती. इमारत बांधून तयार होती.
आता चैतनौषधीची सर्व औषधे लोकांना मिळणार होती.
विष्णू शास्त्रींनी सुश्रुशालयात "सर्वांगोपचार" नावाची रोगप्रतिबंधक व आरोग्य सुदृढ करणारी पद्धती चालू केली.
दूर दुरून लोक उपचारासाठी येऊ लागले

दिंडोशी आता मागास भाग राहिलाच नाही
तो अतिशय प्रगत भाग म्हणून मिरवू लागला
आणि इथेच सर्व पापग्रहांची दृष्टी वळली

रावसाहेबांच्या डोळ्यात दिंडोशी खूपतच होती.
त्याना कसलेच श्रेय मिळत नव्हते
राजनचे कौतूक करताना प्रसार माध्यमे रावसाहेबांचे वाभाडे काढत होती !
राघवची स्तुती ऐकून त्याना वीट आलेला

त्यात मोठमोठ्या builder ची नजर आता इथे गेली.
इथल्या जमिनी हडप करायला जो तो हपापला !
जमिनींना सोन्याचा भाव येणार हे निश्चित होते.

राज्यात राजकारणी भ्रष्ट असले की सर्व अभद्र युती हातात हात घालून येतात.

हे एक मोठे आव्हान आता राघव समोर आले !

50

आजचे रामायण ५०

रावसाहेबांनी प्रथम दलालांना हाती धरले !
सर्व भाजीपाला फळे दलाल कवडी मोलाने विकत घेत व सोन्याच्या भावाने विकत.
बाजारपेठ दलालांचीच. तिथेच म्हणे माल विकला पाहिजे.
ही बाजारपेठ किमती नेहमी कमीच ठेवी.

राघवने trandport arrange करून माल शहरात direct ग्राहकांपर्यंत पोहोचवला..
पण दलाल आडवे आले .
राजकीय पक्ष आणि पैसा मागे असला की कुठलेही आंदोलन"मोठे उग्र" वगैरे सहज करता येते .
लाठ्या काठ्या घेऊन आंदोलक उभे राहिलेi
"शेतकर्यांची शेती हडपण्यास हपापलेला राघव "
असा उलटा प्रचार सुरू झाला !
हे आंदोलन करणारे सर्व पैशाने विकत घेतलेले भाडोत्री होते. पण संख्येने प्रचंड

त्यामुळे हणम्या हतबल झाला

त्याला आंदोलनात भाडोत्री आणलेल्या गरीब जनतेचा खूनखराबा करायचा नव्हता.

पण हणम्या आता गुप्त मार्गाने माल हलवू लागला.
शहरात छोट्या हातगाडी वाल्यांना माल पुरवू लागला.
त्यांची चांगलीच विक्री होऊ लागली.
शेतकर्यांना पण दलाल देत त्याच्या दुप्पट भाव मिळू लागला.
पण हा तात्पुरता उपाय होता. गरज होती ती स्वार्थी दलाल संस्कृती नष्ट करण्याची
गरज होती शेतकर्यांनी स्वतः पुढाकार घेऊन आत्मनिर्भर होऊन सुजाणपणे आपले प्रश्न सोडवण्याची !

51

आजचे रामायण ५१

दलालांच्या आंदोलनाचा फारसा प्रभाव पडेना.

उलट जनमानसात रावराण्यांची व पक्षाची प्रतिभा आधिक खराब होऊ लागली.

रावराण्यांना राघव भलताच सलू लागला.

स्वच्छ प्रतिमा ! निष्कलंक ! तळमळीने काम करणारा ! भ्रष्टाचार मुक्त !

अशी माणसे जनतेला दिसली तर आपले काय होणार.

सत्ता , प्रचड पैसे खाण्याची लागलेली सवय कशी भागणार ?

काहीही करून सर्व दृष्ट शक्तींची युती करून याला संपवलाच पाहिजे !

पण कसा ?

कुठेतरी नाजूक दुवा सापडेल.

आता त्यांनी आपले लक्ष भुषण वर केंद्रित केले.

शरयू Allex Auto चा मोठा कारखाना औरंगाबाद येथे उभारला जात होता.

जवळ जवळ सगळ्या परवानग्या मिळण्याच्या मार्गावर होत्या .

लवकरच बांधकाम सुरू होणार होते.

आणि राजकारण सुरू झाले

औरंगाबादला १०० एकरची जागा घेतलेली

सर्व व्यवहार जवळजवळ पूर्ण झालेले
भुमी पुत्रांना नोकर्या पण मिळणार होत्या
अनेक छोटे उद्योगधंदे जसे spare parts, Instruments, Electric parts, Wiremen, fitter, Welderअसंख्य रोजगार संधी उपलब्ध होणार होत्या

पण त्यात खोडा घातला गेला
भुमीपुत्रांना आमिश दाखवले गेले
"तुम्हाला फसवले ...."
अजून १० पट पैसे मागा ! जमिनी वर परत हक्क सांगा !
आंदोलन करा ! कोर्टातून stay आणा !
प्रसार माध्यमांमधे पसरवले.
भुमीपुत्रांना देशोधडीला लावणारी , लुबाडणारी शरयू
परदेशी कारस्थान ! परदेशी कंपन्यांचा हात !

कारखान्याला पर्यावरण विभागाची परवानगी नाकारण्यात आली. काम पूर्ण बंद पाडले गेले.
आपल्याच राष्ट्रातल्या लोकांना चुकीचा मार्ग दाखवून बेकार उपाशी केले गेले
राष्ट्राच्या नुकसानीचा, बेकारीचा, विकास थांबण्याचा स्वार्थी राजकारण्यांचा काय संबंध
पैसा आणि सत्ता याचीच नशा !
यात नुकसान होत होते गरीबांचेच

पण हे लक्षात कोण घेणार ?

भुषण काजल तणावाखाली आले !

आता तारणहार राघवच !

52

आजचे रामायण ५२

राघवचे मन रावराण्यांचे वर्तन पाहून विदीर्ण झाले
किती हा सत्तेचा दुरुपयोग
किती सुडाचे राजकारण ?
याना राष्ट्राचा विकास नको , गरीबांचा उद्धार नको, कुठलेही प्रश्न सोडवायला नकोत.
हवे फक्त सत्ता ! कशासाठी ? भरपूर पैसे खाण्यासाठी ?
आपली भरपूर बेनामी property करण्यासाठी.
पैशाने सत्ता व सत्तेने पैसा हे चक्र अविरत चालू ठेवण्यासाठी
यासाठी हे राक्षस कुठल्याही थराला जातात
यांचा बिमोड व्हायलाच हवा .
पण सध्या प्रथम शरयू ची नाव वाचवणे गारजेचे होते

शेजारी गुजरात राज्यात अशी परिस्थिती नव्हती
तिथे विकास व उद्योग याची कदर होती

राघवने गुजरातच्या उद्योग मंत्र्यांना भेटायला सांगीतले

आणि खरच चमत्कार झाला !
दोन दिवसात भुषणला जागा बघण्यास यायला सांगीतले.

चार पर्यायी जागा सुचवण्यात आल्या.
सर्व जागांचे गुण दोष पारदर्शी पणे सांगीतले गेले.
जागा निश्चित झाल्यास सर्व परवानग्या (कागदफत्रांची पुर्तता झाल्यास)आठवड्यात मिळतील व काम सुरू करता येईल हे आश्वासन सर्व अधिकारी वर्गाने दिले !

Allex company ने पण लगेच होकार दिला

एक चांगला उद्योग इथून तिथे गेला
नुकसान इथल्या लोकांचे झाले
जमिनींना चांगली किंमत मिळत होती , नोकर्या मिळत होत्या पण रावराण्यांनी भडकवले व लोक फसले ! चूक लोकांची होती ! कुटील राजकारण्याच्या नादी लागले !

शरयूची नाव स्थिर झाली

रावराणे हात चोळत बसले !

पण आता आपले राष्ट्र पण सुधारले पाहिजे
त्यासाठी काही केले पाहिजे
हेच राघवच्या मनात घोळू लागले

53

आजचे रामायण ५३

राघवचा दिंडोशी pattern आता प्रसार माध्यमांच्या लक्षात आला होता

वारंवार त्याचे उदाहरण देऊन "विकासाचा मंत्र "
" नवे रामराज्य " अशी स्तुती सुमने उधळली जात होती.

त्यातून राघव सीमा वाङ्गनिश्चय झालेला

राजनच्या अंगाचा तीळपापड झालेला. त्याला झोपच लागेना.
सतत खुशमस्कर्यांमधे राहून स्वतःला महान् समजणारा तो , आता काय करावे या विचारात.
राघववर वर्मी घाव घालणे जरुरी होते.
हल्ला करणे शक्य नव्हते , कारण हणम्याचे राघव भोवतीचे कवच !

शेवटी भाईलाच सुपारी दिली !
भाईशी बातचित करून एक मोठा plan fix झाला !

रावसाहेबांनी एकच सल्ला दिला

तुझ्या नावाचा कुठलाही पुरावा सापडता कामा नये . मग मी सगळे

बघतो !

हा खूप मोठा सौदा होता !

बदल्यात भाईने भरपूर अटी मंजूर करून घेतल्या !
आता drug trafficking , human (girls) trafficking बिनधास्त चालणार होते .
भाई real estste वर भरपूर खंडणी वसूल खरणार होता !
petrol , दुध , सोने , रसायने mafia तर होतेच !
आता सर्वांना मुक्तहस्त !

हे सर्व युवराज ने सहज मान्य केले.
आणि रावसाहेबांचे पुत्रप्रेम
जनतेच्या मनात रूजलेली घराणेशाही !

बस! एकच उद्देश ! राघवला धडा शिकवायचा !

राघव त्याच्या कामात मग्न !

"चेतनौषधी" सुरू झाली !
थोड्याच दिवसात त्याची किर्ती पसरली
खरे तर कुठलाही brand establish व्हायला बराच काळ जातो
पण गुणवत्ता असली की ती लोकांना कळतेच
मागणी वाढू लागली व पुरवठा कमी पडू लागला
दिंडोशी च्या जंगलात मिळणार ते किती ?
आता सर्वच जंगले व आदिवासींचा शोध सुरु झाला
गंमत म्हणजे सर्व आदिवास्यांना राघव देवाचा अवतार वाटू लागला व सर्व जंगलांतून भरभरून response आला

हणम्याने आता त्याचे क्रांतीकारी उद्योग सोडून दिले

तो सर्व आदिवासी व चेतनौषधी ला लागणारे साहित्य यातच गुंतला.

"चेतनौषधी" बघता बघता खूप पसरली !

आता दिंडोशी खेडे नव्हते !
Smart City होते
झोपडीत रहाणारे आदिवासी आता पक्या block मधे रहात होते
त्यांच्या कडे two wheelers होत्या
मुले भरपूर शिकत होती
हे सगळे २ वर्षात !

हाच तर मोठा चमत्कार होता !

54

आजचे रामायण ५४

पहिले युद्ध "जमिनी" वरून सुरू झाले.
कित्येक आदिवासी वंशपरंपरागात शेती करत होते , पण त्यांच्याकडे जमिनीचे कागद ७/१२ नव्हता. पुर्वी जमिनीला किंमत नव्हती . आता वाढत चाललेली.
काहींची कागदपत्रे सावकाराकडे गहाण पडलेली व "गहाळ" झालेली.
काही भूखंड वन विभागाचे काही जल विभागाचे.

अशा सर्व जमिनींची " छाननी " सुरू झाली

भूखंड "शाळा " "धर्मादाय आश्रम " "धर्मादाय इस्पितळ " " देवालय " असले प्रकार दाखवून मोकळे करण्यात आले .
ते अल्प किमतीत ठराविक builder ना देण्यात आले
बघता बघता builder कित्येक करोडोंचे मालक झाले
कित्येक builder तर बेनामि होते. त्यांचा पत्ताच लागत नव्हता.
आणि हे सर्व "व्यवस्थित कायद्यात बसवून " करण्यात येत होते.

राघवकडे अशा प्रचंड तक्रारी येऊ लागल्या !

इथे गरज होती अत्यंत निशणात कायदेतज्ञांची !

त्या कायदेतज्ञांना मजबूत संरक्षण देण्याची !
या सार्या कारस्थानाचे भांडाफोड करण्याची !
पण प्रसार माध्यमे साथ देत नव्हती !

कायदे तज्ञ मिळाले ! त्यांना "हणम्या " कवच पण देण्यात आले.
बर्याच जमिनींच्या व्यवहारांना आव्हान देऊन stay आणण्यात आला !
कित्येक ठिकाणी खून खराबा व रक्तपात होऊ लागला !

हे सर्व अत्यंत दु:खदायक व भयंकर होते !
एक मोठेच आव्हान उभे राहिले होते !
" धर्मस्य ग्लानी " होऊ लागलेली !
"परित्राणाय साधुनाम " व " विनाशाय च दुश्कृताम " “न्याय प्रस्थापित करण्यासाठी”
"संभवामी युगे युगे" ची वेळ येऊ घातली !

राघव जसा मनाने फुलासारखा कोमल तसाच प्रसंगी वज्रादपी कठोर होता
विशेषातः नाठाळ समोर आले तर .
आता गरज होती हातात काठी घेण्याची .
अपराध वाढत चाललेले. वातावरण तापलेले. आता काडी पडण्याचा अवकाश होता.

आणि ती पडलीच !

55

आजचे रामायण ५५

सीमाला तिच्या काकांचा call आला.
“अनघा(सीमाची चुलत बहीण) बंगलोर ला Acute Respiratotry deceased Syndrome (ARDS) ने अॅडमिट ! platelets low ! Oxygen level low ! ताबडतोब ये "
सीमा हवालदिल.
शीवाला सांगून रात्रीच्या train चे urgent booking केले.
हरिणी व शीवा पण साथीला आलेच.
पण sleeppers वेगवेगळे मिळाले !
रात्री ११ वाजता सीमा झोपली हे पाहून हरिणी शीवा आपापल्या जागी झोपले
सीमाला हरिणी शीवाने निक्षून सांगीतलेले.
“Toilet ला अथवा कुठेही seat सोडून जाताना हरिणीला उठव व ती शीवाला पण उठवेल”

सीमाला रात्री toilet ला जायचे होते.
उठली तर हरिणी गाढ झोपेत.
शीवा पण दूर गाढ झोपेत.
सीमा toilet ला जाण्यासाठी बोगीच्या टोकाला आली
तोच कुणीतरी तिच्या नाकावर chloroform चा रूमाल दाबून बेशुद्ध

केले.

नेमकी गाडी signal ला थांबली व सीमाला गाडीतून उतरवून पसार करण्यात आले

थोड्याच वेळात हरिणी जागी झाली !
सीमा दिसेना .
थोडा वेळ वाट बघून शीवाला उठवले.
सीमाचा पत्ता नाही.

पुढच्या station ला उतरून शीवाने पोलिसात तक्रार नोंदवली व हरिणीला परत पाठवायची व्यवस्था करुन तो कामगीरीवर निघाला .

पळवलेच असले तर सीमाला launch ने भारता बाहेर नेले जाईल व त्यासाठी चेन्नई जवळ होते
हणम्यामुळे शीवाचे सर्व ठीकाणी संपर्क होते
त्यामुळे एका संपर्काकडून सुमो गाडी घेऊन शीवा भरधाव निघाला.
सीमाला नक्कीच माफीयाने रावराण्यांची सुपारी घेऊन पळवले..
माफियाची साधारण ठिकाणे शीवा शोधत गेला .
एका ठिकाणी चेन्नई जवळ शीवाला संशयास्पद गाडी एका आड ठीकाणी लपलेली दिसलीच !
बहुधा नाश्ता करायला तीथे गाडीतले लोक थांबलेले
शीवा गाडी जवळ गेला.
आत हात पाय बांधून तोंडात बोळा कोंबलेली सीमा त्याला दिसली .
गाडी lock होती.
त्याने धोंडा घालून काच फोडली.
तोच गोळ्यांचा वर्षाव होऊन शीवा रक्ताच्या थारोळ्यात पडला !
शीवाने सावध राहुन गाडीचा माग काढत रहायला हवे होते
त्याची मोठी चूकच झाली
शीवाच्या प्रेताची लगोलग विल्हेवाट लावण्यात आली.

हरिणीने ताबडतोब फोनवर संपर्क साधून हणम्याला सीमाची बातमी सांगीतली !

मोठाच कठीण प्रसंग उभा ठाकला होता !

आता पापांचा कडेलोट झाला होता !

56

आजचे रामायण ५६

सारी दिंडोशी दुःखात बुडाली.
राघव ,काव्या, भुषण काजल सर्वच दिंड्गमुड.
हरिणी तर धाय मोकलून रडत होती !

“म्या अस कस झोपली.” ती सारखी म्हणे !

पोलिस ऐकून सर्व घेत !
"गुन्हेगार नक्की सापडेल " एवढे (च) म्हणत.
" तपास योग्य दिशेने चालू आहे " हे पालुपद तर मंत्री ते संत्री सर्वांच्या तोंडी.
प्रसार माध्यमे तिखट मीठ लाऊन बातम्या फुगवत.
पण प्रत्यक्षात प्रगती शुन्य !

हणम्याला चेन्नई जवळ आडरस्त्यावर शीवाचे रक्ताळलेले कडे सापडले !
शीवानेच मरता मरता टाकलेले.
याचाच अर्थ सीमाला चेन्नई वरून समुद्र मार्गे नेले !
पण कुठे ?

रावराण्यांना धडा शिकवता आला असता पण भीती होती ते सीमाला मारून टाकतील !
पहिले सीमाचा शोध घेणे जरूरी !
आणि इथे उपयोगी पडला अजय !

57

आजचे रामायण ५७

वासू व अजय भाऊ.
पण वासू शाळेत असतानाच बिघडला व drug जुगार याच्या आहारी जाऊन गुंड झाला .
पुढे तर तो भाईच्या टोळीतच सामिल झाला व सर्व काळे धंदे करु लागला.
अजय पापभिरू ! शरयूत नोकरी करु लागला व marketing साठी चेन्नईत गेला.
अचानक या आठवड्यात वासू चेन्नईत आला व कसल्यातरी कामगीरीत गुंतलेला दिसला .

एकदा अनवधानाने अजय समोर तो बोलताना जे अजय च्या कानावर पडले , त्यावरून त्याला कळले की कुठली तरी मुलगी पळवून तिला मालदिवला न्यायचे आहे.
ही कामगीरी खास असून भरपूर पैसे मिळणार होते.
नंतर बातम्यांमधून अजयला कळले की सीमाला चेन्नई जवळ पळवले आहे.
अजयला शंका आली व त्याने लगेच भुषणला ही गोष्ट कळवली.
हा धागा हणम्याला पुरेसा होता व हणम्या आता वासूच्या मागावर निघाला .

अजयने वासूला पकडायला मदत केली.
वासू ताब्यात येताच कळले की ती सीमाच होती !
तिला मालदिवच्या कुठल्यातरी हॉटेलमधे launch ने नेणार होते

सीमा कडे ती स्वतः डॉक्टर (शिकाऊ) असल्यामुळे तिच्याकडे safety म्हणून poison capsule आहे व ती खाऊन मरण्याची धमकी ती देत असल्या मुळे तीच्यावर कसलाही अतीप्रसंग आलेला नाही व तसे न करण्याच्या सुचना आहेत

वासू केवळ एक प्यादे होता व दोनच दिवसात त्याला पण मारून टाकण्यात आले !
आता या सर्व प्रकरणात "भाई"" सरकार" सत्तेच्या दुरूपयोगाने सर्व यंत्रणा सामिल !
त्यातून भाईशी हात मिळवणी. कायद्याच्या सगळ्या पळवाटा माहीत कुठलिही गोष्ट कायद्याने सिद्ध करणे महा कठीण.
सर्व plan काटेकोर पणे रचलेला
तो सीमाला आलेला फोन खोटाच
गाडीचे Booking ! Birth artangement, पाळत, Signal ला गाडी थांबणे सगळे योजने बार हुकूम घडलेले !

सीमाला सोडवायला एकच मार्ग उरला होता.

सत्ता पालट !

Election Declair झालीच होती !
आता या वेळी सीमा एका दृष्टीने safe होती
तीला काही करणे व आत्महत्येला प्रवृत्त करणे निवडणुका आटपे पर्यंत रावराण्यांना परवडणारे नव्हते, उलट ती एक जोखीम होऊन बसलेली

हणम्याने आपली खास माणसे सीमा ला शोधून तिच्या सुरक्षेची काळजी

घ्यायला पाठवली !

राघवला खात्री पटली की निवडणुकीच्या वातावरणात व हणम्याच्या संरक्षक कवचात सीमा सुरक्षित राहील

मात्र रावराण्यांचा पुरता पाडाव करून त्यांच्या पापाचा पाढा जनतेसमोर आणणे अत्यंत गरजेचे होते. रावराणेंची सत्ता गेली तरच भाई कडून सीमाला सोडवणे शक्य होते.

राघवने हे आव्हान स्वीकारले !
किंबहुना हे करणे भागच होते !
आदिवासी सेना घेऊन जनमानसात प्रेमाचा पूल बांधायचा व सत्ता पालट करून रावराण्यांना गारद करायचे !

58

आजचे रामायण ५८

१५ ऑगस्टला बल्लाळपूर गडावर अत्यंत उत्साहाचे वातावरण.
कित्येक हजारो आदिवासी शेतकरी मध्यमवर्गी कामकरी भरभरून गडावर येत होते.
भले मोठे व्यासपीठ फुलांनी सजवलेले.
"देवा" ला त्यावर जाण्यासाठी पायघड्या अंथरलेल्या.
"देव " व"माय" येणार होते !
निवडणूक नामे युद्ध खेळण्याची घोषणा करणार होते !

पत्रकारांना चाहूल लागली होती. झाडून सारे recording साठी सज्ज झालेले.
हा प्रतिसाद उत्स्फुर्त हौता.

तिथे रावराण्याना पैसे देऊन truck ने माणसे बोलवावी लागत होती

इथे गर्दी ओसंडून वहात होती !
ढोल ताशे शींग सनई झांजा लेझीम सर्व देवाच्या आगमना ची वाट पहात होते.
ही प्रेमाची कष्टाची त्यागाची किमया होती !

काही " विरोधक "या गर्दीत खुसपट काढायला सामिल झाले.
पण गंमत अशी की लोकांच्या अशा सच्च्या भावना त्यांनी कधीच अनुभावल्या नव्हत्या !
पैशाने विकत घेतलेले प्रेमच त्यांनी अनुभवलेले
ते आता आपला विरोधच विसरले व नतमस्तक झाले !

असे पण सुंदर जग असते याचा साक्षात्कार होत होता !

राघव काव्या आले व लोकांनी एकच जयजयकार केला.
राघवदा......... माझी माय ....
जनसमुह उत्स्फुर्त घोषणा देत होता

रावराण्यांच्या ध्वजा वंदनाला मोजकीच माणसे !
त्यात सुरक्षा कर्मचारी व आधिकारी वर्गच जास्त !
त्याच प्रक्षेपण करायची पण त्याना लाज वाटू लागली !

59

आजचे रामायण ५९

प्रचंड उत्साहप्रेरीत वातावरणात राघव बोलत होता
"माझ्या मित्रांनो माता पित्यांनो बंधु भगीनींनो
तुमचा आजचा उत्साह ,हे प्रेम , याने मी भारावून तर गेलोयच.
पण हेच मला जाणिव देतय ऐका प्रचंड जबाबदारीची ! तुमचे दुःख कष्ट दूर करण्याची !
तुम्हाला आत्मनिर्भर चैतन्यपूर्ण सुशिक्षित सुसंस्कृत व सुखी करण्याची.
मला सत्ता नको, धन नको.
पण हवे तुमचे प्रेम , तुमचा विकास , तुमची मैत्री.
करायचेय तुमची सेवा, पुसायचेत दुःखीतांचे अश्रू .हवाय तुमचा आनंद.
तसे आपले राज्य खूप समृद्ध.
भरपूर उद्योग ! भरपूर व्यापार ! भरपूर मागणी व विक्री !
भरपूर नोकर्या व लहान सहान कामे !
प्रचंड लोकसंख्या !
कररूपाने प्रचंड संपत्ती इथे जमते.
गरज आहे त्यातून आपल्या सर्वांचा विकास करण्याची. सरकारी पै न पै आपल्यापर्यंत पोहोचण्याची.
त्यासाठी भरपूर मेहनत करावी लागेल.
नवनवीन योजना राबवाव्या लागतील.

वीजेचा दिंडोशीचा प्रश्न आपण सोडवला.
तशीच वीज आता प्रत्येक काना कोपर्यात पोहोचवायचेय
सुर्य नारायणाला घरात आणायचय . हवाय ना सुर्य देव घरात ?"

"होय होय " लोकांचा एकच घोष

"वरूण देव आम्हाला मुक्त हस्ते पाणि देतो !आम्हाला ते उधळून टाकायचे नाही ! आमच्या धरतीमातेत ठेवायचेय !
माय मग ते पाणी आम्हा गरजेनुसार देईल व भयपूर धनधान्य देईल !
यामुळे एकाच वेळी आम्ही वरुण देव धरणी माय , अंबाबाई व लक्ष्मीमाता याना प्रसन्न करू .
बळीराजा आता निसर्गाच्या लहरींना दोष देणार नाही तर निसर्गाला व्यवस्थित समजून उमजून घेऊन त्याचे पूर्ण वरदान पदरात घेईल.
हे सारे करायचे ना ?"

"नक्कीच , होयच, अवश्य, अती आनंदाने " सर्व जनतेच्या प्रतिक्रिया !

"बालके आमचे भविष्य, आणि तेच आम्हाला उज्वल करायचेय
त्याना आनंदी उत्साही कर्तुत्ववान करायचय
त्यांच्यातून उद्योजक शास्त्रज्ञ तंत्रज्ञ शल्यचिकीत्सक शल्य विशारद कलाकार चित्रकार आंतरराष्ट्रीय खेळाडू बनवायचेय.
त्यांचे गूण पारखून ते जोपासायचेत
त्यांच्यातला तसेच आपल्यातला सत्यनारायण शोधायचाय
शिक्षण पद्धती आमुलाग्र बदलायचेय.
आम्हाला आता नोकर्या नकोत .
आम्ही आत्मनिर्मर होऊन नोकर्या देऊ.
घराघरातून उद्योजक ,व्यापारी servicemen, शिक्षक , शास्त्रज्ञ , तंत्रज्ञ , कलाकार, खेळाडू बनवू जे स्वयंपूर्ण असतील.
द्याल का मला साथ , हा आपल्यातला सत्यनारायण शोधायला, बालकांचे भविष्य घडवायला"

"अवष्य ,अती आनंदे , सर्वार्थाने ! " जमाव

या साठी प्रथम आपण स्वतःला बदलले पाहिजे.
आपली मानसिकता बदलली पाहिजे
आपण जागरूक, सजग , आत्मसन्मान प्रेरीत व सद्विचारी असायला हवे
कवडीमोलाने आपले कष्ट, आपली मते विकू नका
अन्यायाला साथ देऊ नका. अन्यायात सामिल होऊ नका
सत्याची कास धरा.
आपण स्वच्छ तर आपले नेते स्वच्छ
नेता हा आपल्याच विचारांचा आरसा आसतो हे लक्षात ठेवा.
आपण स्वच्छ तरच सारे राज्य स्वच्छ
आपल्याला नको सुडाचे राजकारण
नको गरीबांच्या असहाय्यतेचा फायदा
नको खोटे व्यवहार
नको भोगाची लालसा

जे करु ते स्वकर्तुत्वावर !
बापजाद्यांच्या किर्तीवर व जीवावर नाही !
दगाबाजी चे राजकारण मुळीच नको, सूडबुद्धी नकोच., सत्तेचा गैरवापर मुळीच नको.
आपला इतिहास थोर
ही शीवरायांची भूमी
ज्ञानेशांचे पसायदान इथे पूर्ण व्हावे
रामदासांचा अभिमान नसानसात जागावा.
तुकोबांचे वैराग्य आम्ही अनुसरावे.
एकनाथांची क्रांती आमच्यात जागावी.
गाडगेबाबांचे स्वच्छता अभियान जागोजाग दिसावे.
भगवान श्रीकृष्णाचा कर्मयोग आम्हाला पटावा.

मग इथे रामराज्य का नाही येणार ?"

सर्व लोक भारावून गेले

"असाच नेता असावा
असा पूत्र पोटी असावा
असाच पीता / गुरू असावा"

प्रसार माध्यमांमधे हे भाषण गाजले.

देशच नाही विदेशाला ही भारतात नवा सुर्य उगवत असल्याची जाणिव झाली !

रावराण्यांचे धाबे दणाणले !

60

आजचे रामायण ६०

राघवचे भाषण लोकांना प्रचंड आवडले.
ठीकठीकाणी राघवच्या सत्वशील पक्षाच्या सभा आयोजित केल्या गेल्या.
प्रत्येक ठिकाणी लाखोंची गर्दी.
राघव ने कार्यकारी मंडळ बनवले.
काव्या व काजल त्या कमिटीवर होत्याच.
प्रत्येक क्षेत्रातली जाणकार मंडळी घेतली.
सर्वांची उमेदवार निवडण्याची पारख खूप छान.
महिलांना पण खूप उत्तेजन दिले गेले, सुमारे ८० महिलांना तिकीटे देण्यात आली.
घराणे शाही राघवला अजिबात पसंत नव्हती.
त्यामुळे राघव सोडून कुणीही "प्रभुं" नी उमेदवारी घेतली नाही,
सर्व उमेदवार कष्टाळू व उत्साहाने भरलेले होते.

समाजसेवा,सर्वांगीण विकास , दारिद्र्यनिवारण , स्वच्छता, भ्रष्टाचार निर्मुलन, शैक्षणिक क्रांती, शहरीकरण , पर्यावरण समतोल हे मुख्य मुद्दे होते !

राव राण्यांना ही लाट कशी थोपवावी हे कळत नव्हते

राजनने सीमाला पळवून फार मोठी चूक केली होती.
त्यामुळेच राघव आखाड्यात उतरला होता .
त्याने एक प्रयत्न करुन पाहिला
राघवला निरोप गेला,
"तुमचे सर्व प्रश्न सुटतील !
सीमा ची सुटका होईल
उमेदवार्या मागे घ्या !
व दिंडोशी सोडून शहरात परत जा "

हा निरोप अज्ञात व्यक्ती मार्फत गेला
या निरोपाला हणम्यानेच उत्तर दिले
"आता माघार नाही.
सीमाला जर काही अपाय झाला तर अख्खे रावराणे खानदान शिल्लक रहाणार नाही ही काळ्या दगडावरची रेघ !
निवडणूक तर हरणारच आहात,सीमाला आत्ताच सोडलेत तर कायदेशीर कारवाईतून वाचाल अन्यथा गुन्हेगार म्हणून उरलेले आयुष्य जगावे लागेल"

या उत्तराला राघवची पूर्ण सहमती होती !

आता निवडणूक ही न परतीची वाट झाली होती
जनतेचा विश्वास त्यात गुंतला होता.
जनतेच्या विश्वासाला तडा जाऊ द्यायचा नव्हता.
सीमाला पळवण्यात , शीवा, वासूच्या खूनात राजनचा हात आहे हे जनतेला कळून चुकले होते व त्यामुळे जनतेत प्रचंड रोष होता !

रावराण्यांनी आता एकच विचार ठरवला
पाण्यासारखे पैसे वहायचे व मते विकत घ्यायची !

61

आजचे रामायण ६१

रावराण्यांनी प्रसार माध्यमे विकत घेतली.
प्रसार माध्यमे फुगवून रावसाहेब राजन कसे कर्तुत्ववान सामाजिक जाणीव असलेले वगैरे फुगवून सांगण्यात रंगलेले.

तर राघव जनतेचाच एक भाग होऊन बसलेला.
वर्षा नु वर्षे कित्येक गावांचे प्रश्न सोडवले गेले नव्हते.
पाण्याचे दुर्भिक्ष , रेशन ची दुकाने नावापुरती ,पुरवठा होतच नव्हता, electricity पोहोचली नव्हती , अंधाराचे राज्य , काटक्या पाला पाचोळ्यांचे जळण, अठरा विश्वे दारीद्रय.
असे लोक मग गुन्हेगारीकडे वळत !
प्रचंड विषमता !
योजना भरपूर होत्या !
पण त्या लोकांपर्यंत पोहोचत नव्हत्या व नेते पैशाच्या राशीत लोळत होते.
हे सर्व महा भयंकर होते
आणि याला आपल्या कर्तव्ये व हक्कांची जाणीव हरवलेली जनताच जबाबदार होती
परत परत भ्रष्टाचारी मुजोर गुंड नेत्यांना निवडून देत होती.
कसलिही लायकी अथवा कर्तुत्व नसलेल्या युवराजांना डोक्यावर

नाचवत होती.

इतकी मदत येते मग गाव सुधारत का नाही हे कुणी ठणकावून विचारतच नव्हते.

रस्त्यावर मोठमोठे खड्डे ! वाहनांची कोंडी ! वाहनांचे नुकसान ! अपघात !

पण कुणालाच राज्यकर्त्यांना जाब विचारावासा वाटत नव्हता !

कुठल्याही आधिकार्यावर नेत्यावर कारवाई होत नव्हती

पावसाळ्यात जिथे तिथे पाणि तुंबे !

पुन्हा वाहन कोंडी , जीवावरचे प्रसंग.

पण वांझोटी चर्चा ! ना ठोस उपाय योजना ! ना कसली कारवाई !

आणि जनता अशाच नेत्याना परत परत निवडून देई !

नेत्यांना आरोपीच्या पिंजर्यात उभे करत नव्हते !

राघवने ही जाणीव जागृत केली

आतापर्यंत नेते निवडणुकीच्या वेळी येत , भाषणबाजी करत, हात हलवत, नमस्कार करत निघून जात. मतांचा "व्यवहार" कार्यकर्ते पहात.

राघव लोकांमध्ये जाऊन राहिला

शरू आजीच्या हातची लोणचे भाकर चवीने खाल्ली

छोट्या चिंधी ने दिलेली फुले प्रेमाने जपली.

प्रत्येक गाव आता "दिंडोशी "होणार हे लोकांना पटले !

नेता हा vvip नाही , जनतेचा सेवक आहे हेच अधोरेखीत केले

पक्षाच्या मेळाव्यात किंवा कुठेही तो सर्वसामान्यांसारखा रांगेत उभा राही !

जनतेने कधीही असा नेता स्वातंत्र्यानंतर पाहिलाच नव्हता !

वातावरण उत्साहाने भारून गेले !

62

आजचे रामायण ६२

मतदानाला अपुर्व गर्दी.
सर्वत्र ७० टक्यांच्यावर मतदान.
तरूणांपासून वयोवृद्ध ९० पार केलेले आजी आबा पण मत द्यायला हजर !
रावसाहेब राजनला आपले भविष्य कळून चुकले !
राघवकडे प्रचंड बहुमताने एकहाती सत्ता येणार हे उघड झाले होते !

आता सर्व भ्रष्टाचाराच्या खुनाच्या kidnapping च्या खंडणीच्या गुन्ह्यांची चौकशी सुरू होणार हे ठरलेले.
सत्तेची नशा खूप वाईट !
आपण त्यात काय करतो हे तेव्हा कळतच नाही.
जेव्हा सत्ता जाते तेव्हा ही सर्व नशा उतरते व भीषण वर्तमान गिळायला येतो !

राजनला कळून चुकले , आपण कैदेत जाणारच !
मग जाता जाता सीमाची पण वाट लावूया !
निकालाच्या दिवशी रागरंग पाहू व त्यानुसार ही हालचाल करू !
मत मोजणी सुरू झाली आणि दोनच तासात चित्र स्पष्ट झाले !

सत्वशील पक्ष ९० टक्के जागांवर आघाडी घेऊन प्रचंड बहुमताकडे वाटचाल करत होता.
रावसाहेब दोन जागांवर उभे पण दोन्ही कडे पीछाडीवर.
युवराजाचे तर deposit जप्त होण्याची नामुश्की.

युवराजने Charter plane घेतले व खास गुंडांसह तो मालदीव ला निघाला !

63

आजचे रामायण ६३

निवडणुकीचे निकाल दुरदर्शन वर जाहीर होत होते.
जनतेच्या आनंदाला उधाण आलेले.
जिथे तिथे आनंदोत्सव, मिरवणुका , मिठाई वाटप.
जुलमी भ्रष्टाचारी राजवटीचा अंत झाला होता.
९० टक्के जागांवर राघवचा सत्वशील पक्ष विजयी.

रावराण्यांच्या सर्व पक्ष कार्यालयांत सामसूम अंधार
बहुतेकांची deposit जप्त
रावसाहेबांनी आपला राजिनामा सादर केला
“जनतेच्या भावनेचा आदर करतो” वगैरे ठरीव ठशाचे भाषण केले

पत्रकार राजनला शोधत होते. त्याचा पत्ताच नव्हता, कुठे गेला राजन काळे तोंड लपवून बसला ?

राघव ने जनतेला संबोधित केले.

"जनता सुज्ञ आहे, तिला विकास हवा आहे. सर्वांगिण सुधारणा हवी आहे. खूप अपेक्षा आहेत जनतेच्या.
माझ्यावर आता ही मोठी जबाबदारी आहे., तुमच्या परिक्षेला

उतरण्याची
पण हे काम मी एकटा करूच शकणार नाही, तुम्हा सर्वांची साथ हवी
चला प्रथम आपसातले कलह, वैरभाव याला तिलांजली देऊया.
एकमेका सहाय्य करू. एक दिलाने एक मताने राहू.
आपले सत्व शोधून आत्मनिर्भर होऊ.
आम्हाला आता अस्वच्छता नको ,
खड्ड्यातले रस्ते नकोत,
पावसाचे पाणी तुंबून होणारी कोंडी नको,
उगाच व्यक्ती पूजेचे प्रदर्शन करणारी मोठमोठी hordings नकोत.
हे सर्व आमची असफलता, लाचारी, असंस्कृत दिखाऊपणा व भ्रष्टाचाराचे प्रदर्शन !
मला जात नाही,धर्म नाही, प्रांत नाही .
मी सर्व प्रथम माणूस आहे , मानवता हाच माझा धर्म आहे.
मी भारतीय आहे
व याचाच मला प्रचंड अभिमान आहे.

मला कसलेही जात, धर्माचे प्रांताचे पांगुळगाडे घेऊन जगायचे नाही
मी जगेन तर माझ्या स्वकर्तुत्वावर !
कुणाचाही हक्क न छिनता !
हेच माझे ध्येय !
ज्या क्षणी मी माझ्या कर्तव्यात चुकेन , माझे कान पकडून मला पदच्युत करा !
चला ,उठा , जागे व्हा व वैभवशाली महाराष्ट्र , जसा शिवरायांनी केला, परत उभारूया !
जय महाराष्ट्र जय भारत !"

जनता भारावलेली.
त्यांचा देव त्यांना समोर दिसत होता

पण त्याच वेळी एक राक्षस मालदिवला विमानातून उतरून एका अज्ञात

बंगल्याकडे त्याच्या रक्षकांसह त्याच्या खास गाडीतून हत्यारे घेऊन चालला होता.

64

आजचे रामायण ६४

हा बंगला अगदी दूर एकांतात होता.
भाईची बंदुकधारी माणसे जागोजाग पेरलेली.
अत्यंत कडक सुरक्षा.
लोखंडी gate उघडून गाडीला आत घेतले गेले
राजन गाडीतून उतरून बंगल्यात गेला

एकापाठोपाठ एक तीन दरवाजे व पहारे ओलांडून राजन त्या खोलीत शिरला.

सीमा म्लानमुखाने बसली होती.
राजन समोर पाहून घाबरली नाही पण चवताळलीच !
हे तिला अपेक्षितच होते

"अखेर डाव साधलास !
लक्षात ठेव मला हात जरी लावलास तरी माझ्या हातातील ही सायनाईड क?प्सूल मी गिळेन व तुला माझे मढे मिळेल "

"मर तुला हवे तर, पण मी आता सोडणार नाही "

"आधी मागे बघ ! तुझा कृतांत काळ उभा आहे "

राजनने मागे पाहिले

आडदांड प्रचंड हणम्या दोन क?मेरामन पत्रकार घेऊन उभा होता

"राजन ! तुजा खेल खल्लास !
तुवाच मले सीमादेवीचा माग दावलास !
तू विलीक्शेन हरलास नी भाई पलटला !
मले सगरा मदत केला
सर्वे त्यानेच दावले !
मले तूज समद्यास्नी दावायचे व्हते
आता बस खडी फोडत!"

राजन ला ताब्यात घेतले

मुसक्या बांधून भारतात आणले !

त्याचा vdo अख्या जगाने पाहिला

सीमा भारतात आली !

65

आजचे रामायण ६५

राजन वर अजामिनपात्र गुन्हे दाखल झाले.
शिवा व वासूच्या खुनात त्याचा हात होता हे सिद्ध व्हायला भरपूर पुरावे मिळाले होते.
सत्ता गेली की सर्वच फासे फिरतात !
हा धक्का रावसाहेब सहन करु शकले नाहीत !
त्यांना पण अटक होणारच होती.

पण अचानक त्यांच्या मृत्यूची बातमी आली.
कुणी म्हटले त्यांनी आत्महत्या केली !
कुणी म्हटले त्यांना हृदयविकाराचा झटका आला !
चौकशीत झोपेच्या गोळ्यांचा overdose घेतल्याचे स्पष्ट झाले.

भ्रष्टाचाराने त्यांनी अब्जावधी माया जमवली
बेनामि मालमत्ता गोळा केली
पण समाधान दूरच राहिले
पण मरण असे लांछनास्पद !
लबाडीच्या पैशाने खरे सुख प्रेम समाधान शांती मिळत नाही तर कायम अस्वस्थता , असुरक्षितता राहते हे सिद्ध झाले .
अशाश्वत गोष्टींच्या मागे लागून शाश्वत सुखाचा मार्ग बंद होतो.

अशाश्वत गोष्टी ना Short cut असतो लांड्या लबाड्या, लाचखोरी ,असहाय्य गरिबांचे शोषण, भ्रष्टाचार ,डाके ,दरोडे ,अफरातफर --- हजारो मार्ग

शाश्वत मार्ग एकच सत्यम् शिवम् सुंदरम्
कर्मयोगाचा

सीमा राघव , भुषण शृती शुभमंगल थाटात झाले !

रामराज्य युगानु युगे चालत राहिले !

राज्य वैभावशाली व सर्वार्थाने विकास पावले !

पण हे रामायण इथेच संपले का ?

प्रश्न आपल्या सर्वांसाठी !

प्रत्येक युगात दानव धरती पादाक्रांत करतात
आपण तर हे अनुभवतच आहोत.
आम्हीच हे दानव बनवतो.
आमचे स्वार्थ, अज्ञान, मद ,मोह ,मत्सर , वासना हे षड्रिपू दानवांना जन्म देतात !
बलशाली करतात !
मग हे दानव संपत्तीने प्रचंड बलशाली होतात व त्यायोगे जग विकत घेऊ पहातात.
आम्हीच बनवलेले हे भस्मासूर !
आणि मग
"परित्राणाय साधुनाम् , विनाशाय च दुश्कृताम"
राम जन्म घेतोच !

पण आम्हाला हा राम कळतो का ?
तशी दृष्टी असावी लागते !
इथे अजुनही आमचे पापग्रह एकजूट होऊन रामा विरूद्ध एक होतात.
दगाबाजी विश्वासघात सूड खोटेपणा लाचारी दबावतंत्र खंडणीखोरी गुन्हेगारी यांचे राज्य सुरू होते.
आमची कसोटी येथेच आहे !
आम्ही म्हटले मतदान केले की जबाबदारी संपली ?
आता नेते काय ते पाहून घेतील ?
तर मग दानव नेते आम्हालाच पार लुटतील !

"राघव" युगायुगातून एखादाच येतो
आम्हालाच आमच्यातला राघव सतत जागृत ठेवायला हवे
मग काय बिशाद दानव आमच्यावर राज्य करेल.

कोण राम , कोण रावण, कुणाची साथ द्यायची ?
आपणच हे शोधायचे !
गरज आहे प्रथम मनातला राम जागा करण्याची
आपल्या मनाचा सर्वांगीण विकास करण्याची
"भुता परस्परे जडो, मैत्र जीवाचे "जोडण्याची

चुका होणारच, चुकतो तोच माणूस पण चुका सुधारून शिकतो, अपयश ही यशाची पायरी मानतो तोच शहाणा माणूस !
वारंवार त्याच त्या चुका करतात ते आपल्याच मनाचे हट्टी दुराग्रही अहंकारी दानव.
ही दोन्ही, देव व दानव, आमच्याच मनाची रूपे !

ज्याची आस धरू तेच आमच्या समोर उभे रहाणार !

आपण देवत्वा कडे वाटचाल करूया

निदान राघव तरी हेच सुचित करतो

पण आमची संभ्रमावस्था !
प्रत्येकाचा "राम" वेगळा "रावण" वेगळा !
त्यावरून आमचे "रामायण" "महाभारत" युद्ध.
विजय "कली" चा

पार्थाची संभ्रमावस्था योगेश्वराने दूर केली !

आमची कधी दूर होणार .

मनातला खरा देव जागा होईल तेव्हाच आम्हाला खरा राम दिसेल व राम राज्य मिळेल !

अनवरत भू मंडळी , होवो हे दान पसाओ !

समाप्त

www.ingramcontent.com/pod-product-compliance
Ingram Content Group UK Ltd.
Pitfield, Milton Keynes, MK11 3LW, UK
UKHW042126021026
15589UKWH00003B/628

9 798885 305457